മറികടക്കാം
മൊബൈൽ ഫോൺ
ആസക്തി

ദുർഗ മനോജ്

ആറ്റിങ്ങൽ സ്വദേശിനി. മനഃശാസ്ത്രത്തിൽ ബിരുദാനന്തര ബിരുദം. ഉള്ളൂർ സർവ്വീസ് സഹകരണ ബാങ്കിന്റെ സെക്രട്ടറി ഇൻ ചാർജ് ആയി പ്രവർത്തിച്ചു. പ്രചോദനാത്മക പുസ്തകങ്ങളായ വിജയം നിങ്ങളുടേതാണ്, ജയിക്കണം എനിക്ക്, ആകാശത്തിനും ഉയരെ, വാത്മീകി രാമായണം: ആദികാവ്യത്തിന്റെ സംക്ഷിപ്ത ഗദ്യപരിഭാഷ, ബാലസാഹിത്യ നോവലുകളായ കുഞ്ഞനിലയും ആൽമരവും, ഉത്തരധ്രുവത്തിൽ നിന്നൊരു കുഞ്ഞു മേഘം, സ്നേഹക്കൂട്ട് എന്നിവയാണ് പ്രസിദ്ധീകരിച്ച കൃതികൾ. ഇന്നലെകളില്ലാതെ എന്ന ഹ്രസ്വചിത്രത്തിനായി കഥയും തിരക്കഥയും സംഭാഷണവും എഴുതി.

ഭർത്താവ്: മനോജ് എം. പി.
മക്കൾ: ശിവാനി എം., ഹരി നാരായണൻ എം.

വിലാസം:
ജാനകി വില്ല, പാലസ് റോഡ്
ആറ്റിങ്ങൽ 695101
www.durgamanoj.com

ദുർഗ മനോജ്

മറികടക്കാം മൊബൈൽ ഫോൺ ആസക്തി

നിരീക്ഷണങ്ങൾ

മാക്സ് ബുക്സ്
2022

വില: 180 രൂപ

Marikadakkam Mobilephone Asakthi
By Durga Manoj
Malayalam Self Help

Published by:-
MAX BOOKS
Maxlive Media Solutions Pvt Ltd.
Muppathiyil Building, Muttambalom Post,
Kanjikuzhy, Kottayam 686 004
maxlivemediasolutions@gmail.com
maxbookskerala@gmail.com
Ph: 90740 98776

Printed in India
at Max, Kottayam

Edition:
First Editon November 2022
Copies: 1000
Price: Rs. 180

ISBN: 978-93-91085-09-4

ഉള്ളടക്കം

ആമുഖം

ആയിരത്തി തൊള്ളായിരത്തി അറുപതുകളിൽ അമേരിക്കയിൽ ഹിറ്റായ ഒരു ടെലി സീരീസ് ആയിരുന്നു 'സ്റ്റാർ ട്രെക്ക്'. ഒരു ബഹിരാകാശ വാഹനത്തിൽ വിവിധ ഗാലക്സികളിലൂടെ യാത്ര ചെയ്യുന്ന ക്യാപ്റ്റൻ കിർക്കും കൂട്ടരുമായിരുന്നു ഈ സീരീസിലെ കഥാപാത്രങ്ങൾ. അന്നത്തെ കാലത്തു വെറും ഭാവനകളിൽ മാത്രം സാധ്യമായിരുന്ന പല ഉപകരണങ്ങളും ഈ യാത്രികർ ഉപയോഗിക്കുന്നതായി സീരീസിൽ കാണിച്ചിരുന്നു. അതിലൊന്നായിരുന്നു കൈവെള്ളയിലൊതുങ്ങുന്ന 'കമ്മ്യൂണിക്കേറ്റർ' എന്ന ഉപകരണം. കഥാപാത്രങ്ങൾ തമ്മിൽ സംസാരിക്കുവാനുപകരിച്ചിരുന്ന ആ ഉപകരണം ഒരു ചെറിയ അമേരിക്കൻ കമ്പനിയിലെ ഗവേഷകന്റെ ശ്രദ്ധ പിടിച്ചു പറ്റുകയും അത് പിൽക്കാലത്ത് സെല്ലുലാർ ഫോൺ കണ്ടെത്താൻ അയാൾക്ക് പ്രേരണയാവുകയും ചെയ്തു. മാർട്ടി കൂപ്പർ എന്ന മോട്ടറോള കമ്പനിയിലെ ഉദ്യോഗസ്ഥനായിരുന്നു അയാൾ.

മറ്റൊരു രസകരമായ വിശേഷമെന്തെന്നാൽ യാത്രാവേളയിൽ കാറുകളിലും മറ്റു വാഹനങ്ങളിലും ഉപയോഗിക്കാൻ ആവുന്ന ഒരു ഉപകരണം എന്ന നിലയിലാണ് മൊബൈൽ ഫോണുകളുടെ ഗവേഷണം പുരോഗമിച്ചത്. ആയിരത്തി തൊള്ളായിരത്തി എഴുപത്തി മൂന്നിൽ മോട്ടറോള അവരുടെ ഡൈനാറ്റാക് പ്രദർശനം നടത്തുന്നതുവരെയും ഒരു കാർഫോൺ അന്വേഷണത്തിലായിരുന്നു ലോക കമ്യൂണിക്കേഷൻ ഭീമന്മാർ എന്ന് വിളിക്കപ്പെടുന്ന കമ്പനികൾ ഏറെയും. ഒടുവിൽ കണ്ടെത്തിയപ്പോഴാകട്ടെ അത് കാർഫോൺ എന്ന അതിരിനെ ഭേദിച്ചുകൊണ്ട് ഒരു വ്യക്തിഗത ഉപകരണമായി മാറുകയും ഇന്നത്തെ ലോകത്തു ഒഴിവാക്കാൻ ആവാത്ത വിധം പ്രാമുഖ്യം നേടിയ ഒന്നായി തീരുകയും ചെയ്തു.

പത്തോ ഇരുപതോ നൂറ്റാണ്ടുകൾക്ക് മുൻപാണ് ടെലിഫോൺ കണ്ടെത്തിയിരുന്നതെങ്കിൽ നാം ജീവിക്കുന്ന ഈ ലോകവും അതിന്റെ ചരിത്രവും നമ്മുടെ പുരാണങ്ങളും ഒക്കെ എങ്ങനെ ആയിരുന്നേനെ?

പുരാണങ്ങളിലെ ചില സന്ദർഭങ്ങൾ നിങ്ങളുടെ മനസ്സിലിപ്പോൾ തന്നെ തെളിഞ്ഞിട്ടുണ്ടാവാം. അല്ലെങ്കിൽ ചില ചരിത്രസന്ദർഭങ്ങൾ, കൃത്യമായ സമയത്തു ശരിയായ രീതിയിൽ ആശയവിനിമയം നടത്താൻ ഭൗതികമായി ദൂരങ്ങളിൽ ആയിപ്പോയി എന്ന കാരണം കൊണ്ട് കഴിയാതെ പോയതിന്റെ പേരിൽ എന്തൊക്കെ പ്രശ്നങ്ങളാണ് ഈ ലോകത്തു നടന്നിട്ടുള്ളത്. എന്നാൽ ടെലിഫോണിന്റെ കണ്ടെത്തലോടെ ഭൗതികമായി ദൂരങ്ങളിൽ ആയിരിക്കുന്ന ആളുകൾക്ക് പോലും പരസ്പരം തത്സമയം ആശയവിനിമയം നടത്താനും അതുവഴി പല പ്രവർത്തനങ്ങളുടെയും കാലതാമസം ഒഴിവാക്കാനും ആയിട്ടുണ്ടെന്നത് നിസ്സാരകാര്യമല്ല.

ചരിത്രപരമായി ചിന്തിച്ചാൽ മനുഷ്യസമൂഹം വികസനത്തിന്റെ പാതയിലേക്ക് നടന്നു തുടങ്ങിയനാൾ മുതൽ വിദൂരങ്ങളിലുള്ളവരുമായി ആശയവിനിമയം നടത്തുകയെന്നത് വളരെ ഗൗരവതരമായ ഒരു ആവശ്യമായിരുന്നു. പലവിധമായ മാർഗ്ഗങ്ങൾ അതിനുവേണ്ടി ഉപയോഗിക്കപ്പെടുകയും ചെയ്തിരുന്നു. നേരിട്ട് സന്ദേശങ്ങൾ എത്തിച്ചു കൊടുക്കുന്ന ദൂതന്മാരെ ഉപയോഗിച്ചും, പല നിറത്തിലുള്ള കൊടികൾ, അഗ്നി, ചില പ്രത്യേക പുഷ്പങ്ങൾ, ചില പ്രത്യേക തലത്തിൽ വാദ്യോപകരണങ്ങളുടെ ഉപയോഗം തുടങ്ങിയവയിലൂടെ ഓരോന്നിനും ചില പ്രത്യേക അർത്ഥങ്ങൾ കല്പിച്ചു കൊണ്ട് രഹസ്യ കോഡുകൾ സന്ദേശങ്ങൾ അയക്കുന്ന രീതിയിലൂടെയും മറ്റും ഈ ആവശ്യങ്ങൾ പൗരാണിക കാലം മുതൽ സമൂഹങ്ങൾ നിവർത്തിച്ചു പോന്നിരുന്നു. പിന്നീട് ആ സ്ഥാനം കത്തുകൾ ഏറ്റെടുത്തു. അക്ഷരസന്ദേശങ്ങൾ രേഖപ്പെടുത്തിയ താളുകൾ ദൂതർ വശം എത്തിച്ചു കൊടുക്കാൻ ഭരണകൂടം തന്നെ സംവിധാനങ്ങളുണ്ടാക്കി. മുൻകാലങ്ങളിൽ ഭരണകൂടങ്ങൾക്ക് മാത്രമായി ലഭിച്ചിരുന്ന ദൂതർ വഴി കത്തുകൾ അയയ്ക്കാനുള്ള അവസരം ലോകത്തു ചുരുക്കം ഇടങ്ങളിലെങ്കിലും പൗരന്മാർക്കും കൂടി ലഭ്യമായി. ആയിരത്തി എണ്ണൂറുകളിൽ ടെലിഗ്രാഫ് വഴി അക്ഷര സന്ദേശങ്ങൾ അയക്കാനുള്ള സാങ്കേതികത നിലവിൽ വന്നതോടെ വിദൂര ആശയവിനിമയം കുറേക്കൂടി എളുപ്പത്തിൽ സാദ്ധ്യമായി. അടിയന്തിരസ്വഭാവമുള്ള സന്ദേശങ്ങൾ ടെലിഗ്രാഫ് വഴിയും

അല്ലാത്തവ കത്തുകൾ മുഖേനയും എന്നൊരു പൊതു രീതി നിലവിൽ വന്നു. ഒപ്പം ടെലിഗ്രാഫിന്റെ ആശയത്തെ വിപുലീകരിച്ചു വയറുകൾ വഴി ശബ്ദസന്ദേശങ്ങൾ അയക്കാനും സ്വീകരിക്കാനുമുള്ള മാർഗ്ഗങ്ങളെക്കുറിച്ചുള്ള ഗവേഷണം പല കമ്പനികളും വ്യക്തികളും ആരംഭിക്കുകയും ചെയ്തു. അങ്ങനെയുള്ള നിരവധി ഗവേഷണങ്ങളുടെ ഫലമായിട്ടാണ് ടെലിഫോൺ വികസിപ്പിക്കപ്പെട്ടത്.

ടെലിഫോൺ കണ്ടുപിടിച്ചതാര് എന്ന ചോദ്യം ഇപ്പോഴും തർക്കത്തിലുള്ള ഒരു വിഷയമാണ്. അലക്സാണ്ടർ ഗ്രഹാംബെല്ലിനു ആയിരത്തി എണ്ണൂറ്റി എഴുപത്തിയഞ്ചിൽ പേറ്റന്റ് ലഭിച്ചുവെങ്കിലും അതിനും ഒരു പതിറ്റാണ്ടു മുൻപ് അന്റോണിയോ മിയൂസി എന്ന ഇറ്റലിയൻ ശാസ്ത്രജ്ഞനും, ജർമ്മൻ ശാസ്ത്രജ്ഞൻ ഫിലിപ്പ് റയീസും ടെലിഫോണിനു തുല്യമായ രണ്ടു ഉപകരണങ്ങൾ വികസിപ്പിച്ചു പ്രദർശിപ്പിച്ചിരുന്നു. പേറ്റന്റ് നിയമങ്ങളിലെ ചില പഴുതുകൾ കാരണം വൈദ്യുതിയെ അടിസ്ഥാനപ്പെടുത്തി വയറുകളിലൂടെ സന്ദേശം അയക്കുന്നത് എന്ന സംജ്ഞയാണ് ഗ്രഹാംബെല്ലിനെ ടെലിഫോണിന്റെ ഉപജ്ഞാതാവായി ലോകം അംഗീകരിക്കാനിടവന്നത്.

ടെലിഫോൺ കണ്ടെത്തിയതോടെ അടുത്ത പടിയായി എവിടെയും കൊണ്ട് നടക്കാവുന്ന യാത്രകളിൽ പോലും ഒപ്പം കൂട്ടാനാവുന്ന ഒരു ഫോൺ എന്ന ആശയം ഉടലെടുക്കുകയും അതിനായിട്ടുള്ള വിവിധ ശ്രമങ്ങൾ നടക്കുകയും ചെയ്തു. മൊബൈൽ ഫോൺ വികസിപ്പിക്കപ്പെടുന്നത് അതിന്റെ ഭാഗമായിട്ടാണ്. ആധുനിക സമൂഹത്തിന്റെ ഗതിവിഗതികളിൽ നേരിട്ട് ഇടപെടുന്ന ഒരു ഉപകരണമായി അത് മാറുകയും കൂടുതൽ സൗകര്യങ്ങളോടെ മൊബൈലുകൾ വികസിപ്പിക്കപ്പെടുകയും ചെയ്തുകൊണ്ടിരിക്കുന്നു.

ആധുനികസമൂഹം നമുക്ക് നൽകുന്ന തിരക്കുകളും സമ്മർദവും നിറഞ്ഞ ജീവിതത്തിൽ ഏതൊരു ഘട്ടത്തിലും ഭൂരിപക്ഷം ആളുകളും ഒപ്പം കരുതാൻ ശ്രദ്ധിക്കുന്ന ഒരു ഉപകരണം ഏതായിരിക്കും? സംശയം വേണ്ടാ അത് നമ്മുടെ മൊബൈൽ ഫോൺ തന്നെയല്ലേ? ജീവിതത്തിന്റെ വേഗതകൂട്ടാൻ നമ്മളെ സഹായിക്കുന്ന മറ്റൊരുപകരണം ഇല്ല എന്ന് തന്നെ പറയേണ്ടി വരും.

തൊഴിൽ സംബന്ധിയായ ആവശ്യങ്ങൾ, ആരോഗ്യവുമായി ബന്ധപ്പെട്ട വിഷയങ്ങൾ, നിയമസഹായം, വിദ്യാഭ്യാസം തുടങ്ങിയ ഗൗരവമുള്ള കാര്യങ്ങൾക്കും, വ്യക്തിബന്ധങ്ങൾ നിലനിർത്താനും, ഔദ്യോഗികസഹായങ്ങൾക്കും ഒക്കെ ഫോണിനെ ആശ്രയി

ക്കാതിരിക്കാൻ ആവാത്ത വിധത്തിലായിരിക്കുന്നു സമകാലീന സമൂഹത്തിന്റെ രൂപകൽപ്പന. ഒരുതരം ഇലക്ട്രോണിക് നിയന്ത്രിത ജീവിതത്തിലേക്ക് നാം മെല്ലെ കടന്നു പോയിരിക്കുന്നു.

കോവിഡ് മഹാമാരി ലോകത്തിലെ ബഹുഭൂരിപക്ഷത്തിന്റെയും ജീവിതത്തെ കൂട്ടിലടച്ച നാളുകളിൽ പുറംലോകവുമായിട്ടുള്ള നമ്മുടെ ബന്ധം സാദ്ധ്യമാക്കിയത് ഈ കുഞ്ഞുപകരണം അല്ലെങ്കിൽ മറ്റെന്താണ്? ഇനി അതുമല്ല ഇത്തിരി നേരമ്പോക്കോ വിനോദമോ വേണ്ടതുണ്ടെങ്കിൽ അപ്പോഴും നാം തിരയുക നമ്മുടെ ഫോൺ തന്നെയാവും.

ഒന്നോർത്തു നോക്കുക. നേട്ടങ്ങൾ മാത്രമാണോ മൊബൈലുകളുടെ സംഭാവന? തീർച്ചയായും അല്ല. ചില ദോഷങ്ങളും മൊബൈൽ മുഖാന്തിരം സമൂഹത്തിനുണ്ടാവുന്നില്ലേ? മാനസികവും, ശാരീരികവുമായ ചില രോഗാവസ്ഥകൾക്ക് പോലും മൊബൈലുകൾ കാരണമാകുന്നുണ്ടെന്ന് പല ഗവേഷകരും അഭിപ്രായപ്പെടുന്നുണ്ട്. ഏകാഗ്രത നശിപ്പിക്കുന്നു എന്ന താരതമ്യേന ലഘുവായ പഠനപ്രശ്നം മുതൽ നിഷ്ഠൂരമായ കൊലപാതകങ്ങളിൽ വരെ എത്തി നിൽക്കുന്നു. വ്യക്തിബന്ധങ്ങളിൽ വിശ്വാസ്യത എന്ന വാക്ക് നഷ്ടപ്പെടുത്താൻ മൊബൈൽ വഹിച്ച പങ്കിനെക്കുറിച്ച് ഒന്നോർത്തു നോക്കൂ. തീർന്നില്ല, കുട്ടികളിലെ പഠനവൈമുഖ്യം കുത്തനെ ഉയർന്നതും മൊബൈൽ സ്വാധീനത്തിലാണ്. അച്ഛനമ്മമാരെ കൊല്ലാൻ കൊട്ടേഷൻ കൊടുത്ത കുഞ്ഞുങ്ങളും, കുടുംബത്തെ ഒന്നാകെ തീർത്തുകളഞ്ഞവരും മൊബൈൽഗെയിം അഡിക്റ്റുകൾ ആണ്. പബ്ജി കളി മാത്രം ഇല്ലാതാക്കിയ ജീവനുകൾ എത്രയെത്ര. അപ്പോൾ, ഇരുതല മൂർച്ചയുള്ളയുള്ള ഒരു വാളായി മാറിയിരിക്കുന്നു ഈ ആധുനിക സങ്കേതികവിസ്മയം എന്നു പറയാതെ വയ്യ.

ഈ പുസ്തകം പ്രധാനമായും ചർച്ച ചെയ്യുന്നത് മൊബൈൽ ഫോൺ എങ്ങനെ സുരക്ഷിതമായി ഉപയോഗിക്കാം എന്നതിനെക്കുറിച്ചാണ്. ഒരു സാങ്കേതികവിദ്യയെ അതിന്റെ ഗുണങ്ങൾ മാത്രം കണ്ട്, ദോഷങ്ങൾ അവഗണിച്ച്, വിശ്വസിച്ച് ഉപയോഗിച്ചാൽ ഉണ്ടാകുന്ന പ്രശ്നങ്ങൾക്ക് എന്താണു പരിഹാരം എന്നതാണ് ഈ പുസ്തകത്തിന്റെ കാതൽ.

൦൦

അധ്യായം 1
മൊബൈൽ ഫോൺ: പ്രശ്നങ്ങളും പ്രതിവിധിയും

മൊബൈൽ ഫോണുകളുടെ ആവിർഭാവവും ജനപ്രിയതയും ഒക്കെ വർദ്ധിച്ചതോടെ അവയുടെ ഉപയോഗം ശാരീരികവും മാനസികവുമായ പ്രശ്നങ്ങൾക്ക് കാരണമാകുന്നുണ്ടോ എന്ന ആശങ്കയും സമൂഹത്തിന്റെ ചില കോണുകളിൽ നിന്ന് ഉയർന്നു വന്നിരുന്നു.

പലപ്പോഴും കച്ചവടപരമായ താല്പര്യങ്ങൾ മുൻനിർത്തി വ്യാജവസ്തുതകളാണ് മൊബൈൽ ഫോൺ ഉപയോഗവുമായി ബന്ധപ്പെടുത്തി പുറത്തുവന്നതെങ്കിലും ഈ വിഷയം പല ഗവേഷകരും ഗൗരവമായി കാണുകയും അതിൽ കുറെ ഏറെ അന്വേഷണങ്ങൾക്ക് ശേഷം ചില തെളിവുകൾ കണ്ടെത്തുകയും ചെയ്തു.

ശാരീരിക അസ്വസ്ഥതകൾ

1 ടെക്ക് നെക്ക്

മോണിറ്ററിലോ മറ്റുപകരണങ്ങളിലോ കുറെനേരം നോക്കി ഇരിക്കേണ്ടി വരുമ്പോൾ തലയുടെ ഭാരം സുഷുമ്നാനാഡിയെ ബാധിക്കുകയും അത് ഗുരുതരമായ പുറം വേദനയ്ക്കും അനുബന്ധ അസ്വസ്ഥതകൾക്കും കാരണമാകുകയും ചെയ്യും. ഐടി പ്രൊഫഷണലുകൾക്കും മോണിറ്ററിലും മറ്റും സൂക്ഷിച്ചു നോക്കി ഇരിക്കേണ്ടിവരുന്ന തരം ജോലികളിൽ ഏർപ്പെടുന്നവർക്കും ഈ ബുദ്ധിമുട്ടുണ്ടാകാറുണ്ട്.

മൊബൈൽ ഫോണുകളിൽ കൂടുതൽ സമയം ചിലവിടുന്നവർക്ക് 'ടെക്ക് നെക്ക്' ഉണ്ടാവാനുള്ള സാധ്യത വളരെ കൂടുതലാണ്. കണ്ണിന്റെ ലെവലിനോ അല്പം മുകളിലോ ആയി മോണിറ്റർ വയ്ക്കുക എന്നതാണ് ടെക്ക് നെക്ക് ഒഴിവാക്കാനൊരു മാർഗമെന്ന നിലയിൽ പലരും പറഞ്ഞു കേൾക്കാറുള്ള പരിഹാര മാർഗം. എന്നാൽ, മൊബൈലിന്റെ കാര്യത്തിൽ ഇതു സാധ്യമാണോ?

2 മൊബൈലുകളും ഉറക്കവും

സർക്കാഡിയൻ റിഥം ബാധിക്കപ്പെടുമ്പോൾ സെൽ ഫോൺ സ്ക്രീൻ പുറപ്പെടുവിക്കുന്ന നീല വെളിച്ചം നിങ്ങളുടെ ഉറക്ക-ഉണർവ് ചക്രം (സർക്കാഡിയൻ റിഥം) നിയന്ത്രിക്കുന്ന മെലാറ്റോൺ എന്ന ഹോർമോൺ ഉത്പാദനത്തെ ബാധിക്കുന്നു എന്ന് ഗവേഷണങ്ങൾ തെളിയിച്ചിട്ടുണ്ട്. അങ്ങനെ മെലാറ്റോൺ ഉത്പാദനം ബാധിക്കപ്പെടുന്നത് മൂലം നാം ഉറങ്ങുന്നതും അടുത്ത ദിവസം ഉണരുന്നതും ബുദ്ധിമുട്ടേറിയ പ്രവർത്തനമാക്കും. പോരാത്തതിന് നീല വെളിച്ചം എക്സ്പോഷർ ചെയ്യുന്നത് നിങ്ങളുടെ റെറ്റിനയ്ക്ക് കേടുവരുത്തുമെന്നും പഠനങ്ങൾ കാണിക്കുന്നു.

രാത്രിയിൽ ജാഗ്രത വർദ്ധിപ്പിക്കുന്നു

രാത്രിയിൽ ഉറങ്ങാൻ പോകുന്നതിനു തൊട്ടു മുൻപ് നിങ്ങൾ കാണുന്ന/കേൾക്കുന്ന വാർത്തകളോ, സ്വീകരിക്കുന്ന സന്ദേശങ്ങളോ നിങ്ങളുടെ മനസ്സിൽ ഉണ്ടാക്കുന്ന വികാരങ്ങൾ നിങ്ങളുടെ ഉറക്കത്തെ അനുകൂലമോ പ്രതികൂലമോ ആയി ബാധിക്കാറുണ്ട്. അതൊരു മോശപ്പെട്ടതോ ശക്തമായി പ്രതികരിക്കാൻ നിങ്ങളിൽ തോന്നലുളവാക്കുന്നതോ ആയ വർത്തയാണെങ്കിൽ/സന്ദേശമാണെങ്കിൽ അത് നിങ്ങളുടെ മനസിനെ അത്തരം പ്രതികരണങ്ങൾക്കായി ജാഗ്രതപ്പെടുത്താൻ ശ്രമിക്കയും ഉറക്കത്തെ പ്രതികൂലമായി ബാധിക്കുകയും അതുവഴി പിറ്റേ ദിവസത്തെ നിങ്ങളുടെ പ്രവർത്തനങ്ങളെ ദോഷപ്പെടുത്തുകയും ചെയ്യും.

ഉറക്കത്തിന്റെ ആകെ അളവ് കുറയ്ക്കുന്നു

നിങ്ങൾക്ക് കഴിയുമെങ്കിൽ, നിങ്ങളുടെ ഫോൺ 'ശല്യപ്പെടുത്തരുത്' [Do not disturb] മോഡിൽ അല്ലെങ്കിൽ നിങ്ങൾ ഉറങ്ങാൻ പോകുമ്പോൾ നിശബ്ദമാക്കാൻ ശ്രമിക്കുക. കാരണം നിങ്ങൾ അതിൽ ഇല്ലെങ്കിലും, ടെക്സ്റ്റ് അലേർട്ടുകൾ, ഗെയിം അറിയിപ്പുകൾ അല്ലെങ്കിൽ ഇമെയിൽ അറിയിപ്പുകൾ നിങ്ങളുടെ ഗാഢനിദ്രയെ തടസ്സപ്പെടുത്തുകയും ഗാഢനിദ്രയിലേക്ക് പ്രവേശിക്കുന്നതിൽ നിന്ന് തലച്ചോറിനെ തടസപ്പെടുത്തുകയും ചെയ്യുമെന്ന് ചില ഗവേഷണങ്ങൾ തെളിയിച്ചിട്ടുണ്ട്.

3 പ്രമേഹവും പൊണ്ണത്തടിയും

സ്പെയിനിലെ ഗ്രാനഡ യൂണിവേഴ്സിറ്റിയിലെ ശാസ്ത്രജ്ഞർ

നിങ്ങളുടെ ഫോൺ മൂലമുണ്ടാകുന്ന ഉറക്ക തകരാറുകളെ പൊണ്ണത്തടി, പ്രമേഹം എന്നിവയുമായി ബന്ധപ്പെടുത്തി ഒരു ഗവേഷണം നടത്തുകയുണ്ടായി. മൊബൈൽ ഫോൺ ലൈറ്റിന്റെ ഫ്രീക്വൻസി ഗ്രെലിൻ, ലെപ്റ്റിൻ എന്നീ രണ്ട് ഹോർമോണുകൾ ഉത്പാദിപ്പിക്കുന്നതിൽ നിന്ന് ശരീരത്തെ തടസ്സപ്പടുത്തുന്നു.

തൃപ്തിയെയും വിശപ്പിനെയും സ്വാധീനിക്കുന്ന ഹോർമോണുകൾ ആണ് ഗ്രെലിനും, ലെപ്റ്റിനും. ഇവ ശരീരത്തിലെ ഊർജ സന്തുലിതാവസ്ഥ നിയന്ത്രിക്കുന്നതിൽ പ്രധാനപങ്ക് വഹിക്കുന്നു. ഹ്രസ്വകാല വിശപ്പ് നിയന്ത്രണത്തിൽ ഒരു പ്രധാന പങ്ക് വഹിക്കുന്ന പെപ്റ്റൈഡാണ് ഗ്രെലിൻ, അതേസമയം ലെപ്റ്റിൻ ദീർഘകാല ഊർജ്ജ സന്തുലിതാവസ്ഥയെ നിയന്ത്രിക്കുന്ന ഒരു ഘടകമാണ്. ഈ രണ്ടു ഹോർമോണുകളും തമ്മിലുള്ള സന്തുലിതാവസ്ഥ നിലനിൽക്കേണ്ടത് അത്യാവശ്യവുമാണ്. ഗ്രെലിൻ അളവ് വർദ്ധിക്കയും ലെപ്റ്റിൻ അളവ് കുറയുകയും ചെയ്യുന്നത് അമിതവിശപ്പിനും അതുവഴി പൊണ്ണത്തടിക്കും കാരണമാകും. മൊബൈൽ ഫോണിലെ പ്രകാശം ഇതിനു വഴിവയ്ക്കുന്നുണ്ടെന്നാണ് സ്പാനിഷ് യൂണിവേഴ്സിറ്റി കണ്ടെത്തിയിരിക്കുന്നത്.

4 ഏകാഗ്രതയിലുള്ള കുറവ്

മൊബൈൽ ഫോണുകളും അതുവഴി നമ്മൾ നിവർത്തിക്കുന്ന മൾട്ടി ടാസ്കിങ്ങും ഒക്കെ ജീവിതം ആയാസരഹിതമാക്കിയിട്ടുണ്ട് എന്നൊരു ധാരണ പലരും വച്ച് പുലർത്തുന്നുണ്ട്. അതെ സമയം ഈ പ്രവർത്തനങ്ങൾ നമ്മുടെ ഏകാഗ്രതയെ ദോഷമായി ബാധിക്കുന്നുണ്ട് എന്നാണു ഈ വിഷയത്തിൽ ഗവേഷണം നടത്തിയ മൈക്രോസോഫ്റ്റ് അടക്കമുള്ള കമ്പനികളിലെ ഗവേഷകർ കണ്ടെത്തിയിരിക്കുന്നത്.

ഓരോ വസ്തുതയിലും നാം ശ്രദ്ധിക്കുന്ന ആവറേജ് സമയം ഏതാണ്ട് പന്ത്രണ്ടു സെക്കൻഡ് ആയിരുന്നത് ഇപ്പോൾ എട്ടു സെക്കൻഡലമായി കുറഞ്ഞിട്ടുണ്ടെന്നു ഗവേഷകർ പറയുന്നു. ഇതിന്റെ അർത്ഥം നമ്മൾ ഒരുതരം തെറ്റായ ആത്മവിശ്വാസത്തിലേക്ക് നയിക്കപ്പെടുകയാണെന്നും, നമുക്ക് വേണ്ടുന്നതൊക്കെ നാം ചെയ്യുക എന്നതിൽ നിന്നും കൂടുതൽ യന്ത്രങ്ങളെയും മറ്റുള്ളവരെയും ആശ്രയിക്കുകയും ചെയ്യുക എന്ന അവസ്ഥയിലേക്ക് മാറുകയുമാണ് എന്നാണു മറ്റൊരു ഗവേഷണത്തിന്റെ ഫലം അഭിപ്രായപ്പെടുന്നത്.

വിദ്യാർത്ഥികളും, പ്രൊഫഷണലുകളും ഇതിന്റെ ഇരയാണ്. ഇങ്ങനെ വരുമ്പോൾ നമുക്ക് യാന്ത്രികതയോടു അടിമത്തം രൂപപ്പെടുന്നു എന്നും സ്വാഭാവിക ബൗദ്ധികത ഉപയോഗിക്കുന്നതിൽ നിന്നും നാം വിമുഖരാവുന്നുണ്ടെന്നും അവർ സമർത്ഥിക്കുന്നു. അന്തിമമായി ഇത് വീതി കുറഞ്ഞ ചിന്താമണ്ഡലങ്ങൾ അടിസ്ഥാനപ്പെടുത്തി ജീവിക്കുന്ന വ്യക്തികൾ ഉൾപ്പെടുന്ന സമൂഹങ്ങളിലേക്ക് നയിച്ചേക്കും എന്ന് ഗവേഷകർ ആശങ്കപ്പെടുന്നു.

5 തലച്ചോറിന്റെ ഘടനയെ ബാധിക്കുന്നുണ്ടോ?

ദൗർഭാഗ്യവശാൽ അതെ എന്നാണുത്തരം. തലച്ചോറിന്റെ സ്വാഭാവിക പ്രവർത്തനങ്ങളെ നിയന്ത്രിക്കുന്ന ഗ്രേ മാറ്ററിന്റെ ഏകോപനം അസ്വാഭാവികമാം വിധം ഏറ്റക്കുറച്ചിലുകളിൽ ആകാൻ മൊബൈലും ലാപ്ടോപ്പും ഒക്കെ ഉൾപ്പെടുത്തി നടത്തുന്ന മൾട്ടിടാസ്കിങ് കരണമാകുന്നുണ്ടെന്ന് ഒരു ആഗോള ഗവേഷണ പ്രബന്ധ പ്രസിദ്ധീകരണ സ്ഥാപനത്തിലൂടെ പബ്ലിഷ് ചെയ്ത ഒരു ലേഖനം പറയുന്നു.

ഗ്രേ മാറ്ററിൽ ഉണ്ടാകുന്ന ഈ വ്യതിയാനം ഓർമക്കുറവ് മുതൽ അൽഷിമേഴ്സ് വരെയും, പ്രവർത്തനത്തിലെ മാന്ദ്യതയും ഒക്കെ സൃഷ്ടിക്കാൻ പോന്നവിധം ഗുരുതരമാണ്. അടിയന്തിര ശ്രദ്ധ അർഹിക്കുന്ന ഒരു വിഷയം തന്നെയാണിത്.

6. ചിന്തകളും വൈജ്ഞാനിക ശേഖരണവും

ഒരു വ്യക്തിയുടെ ചിന്തകളെയും വൈജ്ഞാനിക സമ്പാദന രീതിയെയും അളവിനെയും ഇലക്ട്രോണിക് മാധ്യമങ്ങളുടെ ഇടപെടൽ ബാധിക്കുന്നുണ്ട് എന്ന് ഡാർട്ട്മൗത്തിൽ നിന്നുള്ള ഗവേഷകരുടെ ഒരു പഠനം തെളിയിക്കുന്നു. അവരുടെ പഠനത്തിൽ ഒരാൾ ഇലക്ട്രോണിക് മാധ്യമങ്ങളിൽ നിന്ന് വായിക്കുകയും പുസ്തകങ്ങളിൽ നിന്നു വായിക്കുകയും ചെയ്യുമ്പോൾ ശേഖരിക്കപ്പെടുന്ന വസ്തുതകളുടെ അളവ് പുസ്തക വായനക്കാരിൽ കൂടുതലാണെന്നു കണ്ടെത്തുകയുണ്ടായി. എന്ന് തന്നെയുമല്ല ആശയങ്ങൾ ഉൾക്കൊള്ളാൻ ഇലക്ട്രോണിക്ക് മാധ്യമങ്ങളിൽ നിന്ന് വിവരം ശേഖരിക്കുന്നവർക്ക് കൃത്യമായി കഴിയാതെ വരുന്നു എന്നും അവർ കണ്ടെത്തി.

തലച്ചോറിന്റെ സ്വതന്ത്രമായ പ്രവർത്തനത്തിനും ഭാവനയുടെ വികസനത്തിനും ഇലക്ട്രോണിക് മാധ്യമങ്ങളുടെ മാധ്യസ്ഥം തട

സമുണ്ടാക്കുന്നുണ്ടെന്നു മറ്റൊരു ഗവേഷണവും സമർത്ഥിച്ചിട്ടുണ്ട്.

കാഴ്ചയെയും, ശ്രവണശേഷിയെയും അമിതമായ മൊബൈൽ ഉപയോഗം ബാധിക്കുന്നുണ്ട് എന്നത് ഏവർക്കും അറിയാവുന്ന കാര്യമാണല്ലോ. അതിനപ്പുറം സാമൂഹികമായും, മനഃശാസ്ത്രപര മായും ഒക്കെ ഈ ഉപകരണങ്ങൾ നമ്മെ ബാധിക്കുന്നുണ്ട്. അത് അടുത്ത അധ്യായത്തിൽ പരിശോധിക്കാം.

○○

അധ്യായം 2

മൊബൈൽ: മാനസികപ്രശ്നത്തിലെ മുഖ്യവില്ലൻ

ആദ്യ അധ്യായത്തിൽ വിശദമാക്കിയതുപോലെ മനുഷ്യപുരോഗതിയുടെ ചരിത്രത്തിലെ നാഴികക്കല്ലായ മൊബൈൽഫോണിന്റെ കണ്ടുപിടുത്തത്തിൽ പിന്നീടു വന്നുഭവിച്ച ഒരു കളങ്കമുണ്ട്. അതിനെയാണ് 'മൊബൈൽ അഡിക്ഷൻ' എന്നുപറയുന്നത്. മൊബൈൽ അഡിക്ഷൻ വിദ്യാർത്ഥികളെ മാത്രമല്ല, ഏതു പ്രായക്കാരേയും ഒന്നുപോലെ കീഴ്പ്പെടുത്തുന്ന, ക്രിയാത്മകമായി വിനിയോഗിക്കേണ്ട സമയം പാഴാക്കിക്കളയുന്ന ഒന്നായിത്തീർന്നിരിക്കുന്നു.

മറ്റൊരു വിധത്തിൽ പറഞ്ഞാൽ, ലോകമിന്ന് മൊബൈൽ അഡിക്ഷൻ ഇല്ലാത്തവരുടേതും മൊബൈൽ അഡിക്ഷനു കീഴ്പ്പെട്ടവരുടേതും, എന്നിങ്ങനെ രണ്ടുതരം മനുഷ്യരുടേതായി മാറിയിരിക്കുന്നു.

എന്താണ് ഫോൺ അഡിക്ഷൻ?

ഒറ്റ വാചകത്തിൽ പറഞ്ഞാൽ സ്മാർട്ട്ഫോണിന്റെ അമിതമായ ഉപയോഗം കൊണ്ടുണ്ടാകുന്ന ഒരു ആസക്തിയാണ് ഫോൺ അഡിക്ഷൻ. ഈ ആസക്തിയെ 'നോമോഫോബിയ' എന്നും വിളിക്കുന്നു. മൊബൈൽ നഷ്ടപ്പെടുന്ന അവസ്ഥയെക്കുറിച്ചുള്ള ഭയമാണിത്. ലോകത്തു 3.8 ബില്യണിലധികം സ്മാർട്ട്ഫോൺ ഉപയോക്താക്കളുണ്ട്.

ഗവേഷണങ്ങൾ കാണിക്കുന്നത് കോടിക്കണക്കിന് സ്മാർട്ട്ഫോൺ ഉപയോക്താക്കൾക്ക് ഒരു ദശകം മുൻപു ലഭിച്ചതിനേക്കാൾ 427 ശതമാനം കൂടുതൽ സന്ദേശങ്ങളും അറിയിപ്പുകളും ഇപ്പോൾ ലഭിക്കുന്നുണ്ടത്രേ. അവർ 278 ശതമാനം കൂടുതൽ ടെക്സ്റ്റുകളും മറുപടിയായി അയയ്ക്കുകയും ചെയ്യുന്നു.

ഫോൺ ഉപയോഗം ആധുനിക ജീവിതത്തിനുവേണ്ട സ്വാഭാവി

കമായ ഒരു ആവശ്യമാണെന്നു വന്നിരിക്കുന്നു ഇപ്പോൾ. എന്നിരുന്നാലും, ഇത് ആശങ്കയ്ക്കും ആകുലതയ്ക്കും കാരണമാകുന്നുവെന്നു പഠനങ്ങൾ സൂചിപ്പിക്കുന്നു. ഉദാഹരണം പറഞ്ഞാൽ, ഇരുപതു വർഷം മുൻപ് ഒരു അവധിദിവസം വീട്ടിൽ ചിലവിടുന്ന ഗൃഹനാഥന്, ഔദ്യോഗികമായ കാര്യങ്ങൾക്ക് ഉത്തരം നൽകേണ്ടി വരില്ലായിരുന്നു. കാരണം, ലാൻഡ് ഫോണിനു പോലും പരിമിതി ഉണ്ടായിരുന്ന കാലത്ത് ഒരാളെ ഒഫീഷ്യൽ വിവരം ധരിപ്പിക്കാൻ മുഖദാവിൽ കാണേണ്ടതുണ്ടായിരുന്നു. ഇന്നങ്ങനെയല്ല. അവധിയോ പ്രവർത്തിദിനമോ എന്ന വേർതിരിവില്ലാതെ ചോദ്യങ്ങൾക്ക് ഉത്തരം നൽകേണ്ടിവരുന്നു. ഇതു സ്വാഭാവികമായും മനുഷ്യരിൽ സമ്മർദ്ദം വർദ്ധിപ്പിക്കുന്നു. ഇതൊരുവശംമാത്രം. മറുവശത്ത് സോഷ്യൽ മീഡിയ പലവിധത്തിൽ മനുഷ്യരെ അതിൽ തളച്ചിടുന്നു. ആസക്തി ഉളവാക്കാൻ തക്കവിധം രൂപകൽപ്പന ചെയ്തിരിക്കുന്ന ഒന്നാണ് എല്ലാവിധ സോഷ്യൽ മീഡിയ പ്ലാറ്റുഫോമുകളും ഗെയിമുകളും. ഒരു സ്മാർട്ട്ഫോണിലേക്കു കടന്നുചെന്ന് ആ ഫോണിലെ സകല വ്യക്തിഗത വിവരങ്ങളും നിർമ്മിതബുദ്ധി അഥവാ ആർട്ടിഫിഷ്യൽ ഇൻറലിജൻസിന്റെ സാങ്കേതികവിദ്യയിലൂടെ ശേഖരിച്ച്, ആ ഫോൺ ഉപയോഗിക്കുന്ന വ്യക്തിയുടെ മനസ്സിനെ സ്വാധീനിക്കാൻ കഴിയുംവിധം സോഷ്യൽ മീഡിയകൾ രൂപം മാറുന്നു. അതായതു യാത്രചെയ്യാൻ താൽപ്പര്യമുള്ള വ്യക്തിയുടെ ഫോണിൽ അതുമായി ബന്ധപ്പെട്ട കാര്യങ്ങൾ കൂടുതലായി നൽകുന്നു. ഭക്ഷണം ഇഷ്ടപ്പെടുന്ന ആളാണെങ്കിൽ അവ... എന്നിങ്ങനെ. ഇത്തരം പ്ലാറ്റ്ഫോമുകൾ നിറം, ശബ്ദം, വൈബ്രേഷനുകൾ എന്നിവയിലൂടെ ഉപയോക്താക്കളെ ബോധപൂർവം കീഴടക്കുന്നു.

സ്മാർട്ട്ഫോൺ, ടാബ്‌ലെറ്റ്, കമ്പ്യൂട്ടർ എന്നിവ വളരെ ഉൽപ്പാദനക്ഷമതയുള്ള ഉപകരണങ്ങളാണെങ്കിലും, അവയുടെ അനിയന്ത്രിത ഉപയോഗം ജോലി, സ്കൂൾ, കുടുംബബന്ധങ്ങൾ എന്നിവയെ തടസ്സപ്പെടുത്തും. നമ്മൾ യഥാർത്ഥ ആളുകളുമായി ഇടപഴകുന്നതിനേക്കാൾ കൂടുതൽ സമയം സോഷ്യൽ മീഡിയകളിലോ ഗെയിമുകളിലോ ചെലവഴിക്കുകയോ അല്ലെങ്കിൽ ടെക്സ്റ്റുകളോ ഇമെയിലുകളോ ആപ്പുകളോ ആവർത്തിച്ചു പരിശോധിക്കുകയോ ചെയ്യുമ്പോൾ, അതു നമ്മുടെ ജീവിതത്തെ ദോഷകരമായി ബാധിക്കും എന്നുറപ്പാക്കാം. സാങ്കേതികവിദ്യയുടെ ഉപയോഗത്തെ സ്വയം വിലയിരുത്താൻ സമയമായി എന്നു നിശ്ചയിക്കാം.

നോമോഫോബിയ ഇതിന്റെ അടുത്ത ഘട്ടമാണ്. എല്ലാ അടി

സ്ഥാനവിവരവും ഫോണിലാകുമ്പോൾ, ഫോൺ നഷ്ടമായാൽ എന്തുചെയ്യും എന്ന ഭയവും തന്നെക്കുറിച്ചുള്ള എല്ലാ വിവരവും അടങ്ങിയ ഫോൺ കൈമോശം വന്നാൽ എന്താവും സംഭവിക്കുക എന്ന ചിന്തയും നോമോഫോബിയ ഉള്ളവരിൽ പരിഭ്രാന്തി സൃഷ്ടിക്കും. ഇന്റർനെറ്റിന്റെ അമിതമായ ഉപയോഗവും ഇന്റർനെറ്റ് ആസക്തിയും നോമോഫോബിയക്കു കാരണമാകുന്നു.

വെർച്വൽ ബന്ധങ്ങൾ

സോഷ്യൽ നെറ്റ്‌വർക്കിംഗ്, ഡേറ്റിംഗ് ആപ്പുകൾ, ആഡിയോ വീഡിയോ സന്ദേശമയയ്ക്കൽ എന്നിവയിലുള്ള ആസക്തി, യഥാർത്ഥ ജീവിതബന്ധങ്ങളേക്കാൾ വെർച്വൽ, ഓൺലൈൻ സുഹൃത്തുക്കൾക്ക് പ്രാധാന്യം നൽകുന്ന ഘട്ടത്തിലേക്കു വ്യാപിക്കും.

ഒരു റെസ്റ്റോറന്റിൽ ഒരുമിച്ച് ഇരിക്കുന്ന ദമ്പതികൾ പരസ്പരം അവഗണിക്കുന്നതും, പകരം അവരുടെ സ്മാർട്ട്ഫോണുകളിൽ ഇടപഴകുന്നതും നമ്മൾ കാണാറുണ്ട്. പുതിയ ആളുകളെ കണ്ടുമുട്ടുന്നതിനും പഴയ സുഹൃത്തുക്കളുമായി വീണ്ടും ബന്ധം സ്ഥാപിക്കുന്നതിനും അല്ലെങ്കിൽ പ്രണയബന്ധങ്ങൾ ആരംഭിക്കുന്നതിനും ഇന്റർനെറ്റ് ഒരു മികച്ച സ്ഥലമാകുമെങ്കിലും, യഥാർത്ഥ ജീവിത ഇടപെടലുകൾക്ക് ഓൺലൈൻ ബന്ധങ്ങൾ ഒരു നല്ല പകരമാവില്ല. ഓൺലൈൻ സൗഹൃദങ്ങൾ കൃത്രിമമായ ഒരു കുമിളയിൽ നിലനിൽക്കാൻ പ്രവണത കാണിക്കുന്നവ ആയതിനാൽ കാഴ്ചയിലും ഇടപെടലിലും ആകർഷകമായി തോന്നാം.

എന്നാലവ യഥാർത്ഥ ബന്ധങ്ങളുടെ അതേ ആവശ്യങ്ങളും സമ്മർദ്ദങ്ങളും താങ്ങില്ല. അതുപോലെ ഡേറ്റിംഗ് ആപ്പുകളുടെ ഉപയോഗം, ദീർഘകാല ബന്ധങ്ങൾ വികസിപ്പിക്കുന്നതിനു പകരം ഹ്രസ്വകാല ഹുക്കപ്പുകളിലേക്കു ശ്രദ്ധ മാറ്റും.

വിവരങ്ങളുടെ അതിപ്രസരം

നിർബന്ധിത വെബ് സർഫിംഗ്, വീഡിയോകൾ കാണുക, ഗെയിമുകൾ കളിക്കുക, അല്ലെങ്കിൽ വാർത്താ ഫീഡുകൾ പരിശോധിക്കുക എന്നിവ ജോലിയിലും പഠനത്തിലും പിന്നാക്കം പോകാനും മണിക്കൂറുകളോളം ഒറ്റപ്പെടുന്നതിനും ഇടയാക്കും. ഇന്റർനെറ്റിന്റെയും സ്മാർട്ട്ഫോൺ ആപ്പുകളുടെയും ലക്കും ലഗാനുമില്ലാത്ത ഉപയോഗം ജീവിതത്തിന്റെ മറ്റുവശങ്ങളെ അവഗണിക്കാൻ പ്രേരിപ്പിക്കും, യഥാർത്ഥ്യത്തിലുള്ള ബന്ധങ്ങൾ മുതൽ ഹോബികളും

സാമൂഹിക പ്രവർത്തനങ്ങളും വരെ അതിൽ ഉൾപ്പെടും.

സൈബർസെക്സ് ആസക്തി

ഇന്റർനെറ്റ് പോണോഗ്രാഫി, സെക്സ്റ്റിംഗ്, ന്യൂഡ് (നഗ്ന)-സ്വാപ്പിംഗ് അല്ലെങ്കിൽ മുതിർന്നവർക്കുള്ള സന്ദേശമയയ്ക്കൽ പോലുള്ള സേവനങ്ങളുടെ നിരന്തര ഉപയോഗം യഥാർത്ഥജീവിതത്തിലെ ബന്ധങ്ങളെയും മൊത്തത്തിലുള്ള വൈകാരിക ആരോഗ്യത്തെയും പ്രതികൂലമായി ബാധിക്കും.

ഓൺലൈൻ പോണോഗ്രാഫിയും സൈബർസെക്സ് ആസക്തികളും ലൈംഗികാസക്തിയുടെ മറ്റു രൂപങ്ങളാണെന്നു മാത്രമല്ല, ഇന്റർനെറ്റ് അതിനെ ഏതു സമയത്തും ഉപയോഗിക്കാവുന്നതും വളരെ സൗകര്യപ്രദവുമാക്കുന്നു. യഥാർത്ഥജീവിതത്തിൽ തീർത്തും അസാധ്യമായ ഫാന്റസികളിൽ ഏർപ്പെട്ടു മണിക്കൂറുകൾ ചെലവഴിക്കുന്നത് എളുപ്പമാണ്.

കാഷ്വൽ ലൈംഗികതയെ സുഗമമാക്കുന്ന ഡേറ്റിംഗ് ആപ്പുകളുടെ അമിതമായ ഉപയോഗം ദീർഘകാല അടുപ്പമുള്ള ബന്ധങ്ങൾ വികസിപ്പിക്കുന്നതിനു വിഘാതമാകും. നിലവിലുള്ള ബന്ധത്തെ തകരാറിലാക്കുകയും ചെയ്യും. ഇതു വലിയൊരു മാനസിക പ്രതിസന്ധിയിലേക്ക് നയിക്കുക മാത്രമല്ല, ജീവിതത്തിന്റെ ഭാവിയെ വരെ കാര്യമായി ബാധിക്കുകയും ചെയ്യും.

ഗെയിമിംഗ്, ചൂതാട്ടം, സ്റ്റോക്ക് ട്രേഡിംഗ്, ഓൺലൈൻ ഷോപ്പിംഗ്, അല്ലെങ്കിൽ ഇബേപോലുള്ള ലേല സൈറ്റുകളിൽ ബിഡ്ഡിംഗ് എന്നിവ പലപ്പോഴും സാമ്പത്തികവും, ജോലിയുമായി ബന്ധപ്പെട്ട പ്രശ്നങ്ങളിലേക്കും നയിച്ചേക്കാം. ചൂതാട്ട ആസക്തി നമ്മുടെ നാട്ടിൽപ്പോലും എത്രയോ ചെറുപ്പക്കാരെ വൻ കടക്കെണിയിലേക്കും ആത്മഹത്യയിലേക്കും തള്ളിവിടുന്നു.

ചൂതാട്ട ആസക്തി വർഷങ്ങളായി രേഖപ്പെടുത്തപ്പെട്ട ഒരു പ്രശ്നമാണെങ്കിലും, ഇന്റർനെറ്റ് ചൂതാട്ടത്തിന്റെ ലഭ്യത ചൂതാട്ടത്തെ കൂടുതൽ പ്രാപ്യമായ ഒന്നാക്കിമാറ്റി. അതുപോലെ യാതൊരു നിയന്ത്രണവും ഇല്ലാത്ത സ്റ്റോക്ക് ട്രേഡിംഗും ഓൺലൈൻ ഷോപ്പിംഗും സാമ്പത്തികമായും സാമൂഹികമായും ഹാനികരമാണ്. ലേലത്തിന്റെ അവസാനനിമിഷങ്ങൾ ഓൺലൈനിൽ ആയിരിക്കാൻ ഇത്തരക്കാർ ഉറക്കമൊഴിഞ്ഞ് ആശങ്കയോടെ കാത്തിരിക്കും. അതു ഉറക്കം നഷ്ടപ്പെടുന്നതുകൊണ്ടുള്ള ആരോഗ്യപ്രശ്നങ്ങളിലേക്കു നയിക്കും.

സ്മാർട്ട്ഫോണിന്റെയും ഇന്റർനെറ്റിന്റെയും ആസക്തിയുടെ കാരണങ്ങളും ഫലങ്ങളും

ലാപ്ടോപ്പിലോ ഡെസ്ക്ടോപ്പ് കമ്പ്യൂട്ടറിലോ ആസക്തിപ്രശ്ന ങ്ങൾ അനുഭവപ്പെടുമെങ്കിലും, സ്മാർട്ട്ഫോണുകളുടെയും ടാബ് ലെറ്റുകളുടെയും വലുപ്പക്കുറവും എവിടെയും ലഭ്യമാകുമെന്ന സൗ കര്യവും ഇംപൾസ് കൺട്രോൾ അഥവാ ആസക്തി പ്രശ്നങ്ങൾ കൂടുതൽ വഷളാക്കുന്നു. വാസ്തവത്തിൽ, മൊബൈൽ ഫോണു കൾ ഇപ്പോൾ സദാ നമ്മുടെ കൈകൾക്കുള്ളിൽ തന്നെയാണ് ഉണ്ടാവുക. മയക്കുമരുന്നുകളുടെയും മദ്യത്തിന്റെയും ഉപയോഗം പോലെ, അവ തലച്ചോറിലെ ഡോപാമൈൻ എന്ന രാസവസ്തു വിനെ ഉത്തേജിപ്പിക്കുകയും മാനസികാവസ്ഥയെ സ്വാധീനിക്കുക യും ചെയ്യും. അതിന്റെ ഫലമായി കൂടുതൽ സമയം സ്ക്രീൻ നോക്കിയിരിക്കാനുള്ള പ്രവണത വർദ്ധിക്കുന്നു. സ്ട്രെസ്, ഉത്ക ണ്ഠ, വിഷാദം, അല്ലെങ്കിൽ ഏകാന്തത എന്നിങ്ങനെയുള്ള മറ്റ് അടിസ്ഥാന പ്രശ്നങ്ങളുടെ പ്രധാന കാരണമാണ് സ്മാർട്ട്ഫോ ണിന്റെ അമിതമായ ഉപയോഗം.

ഉത്കണ്ഠ, ഏകാന്തത അല്ലെങ്കിൽ അസ്വസ്ഥത എന്നിവ ഒഴി വാക്കുന്നതിന് സ്മാർട്ട്ഫോൺ ഒരു 'സുരക്ഷാ പുതപ്പ്' ആയി ഉപ യോഗിക്കുകയാണെങ്കിൽ, അതു ചുറ്റുമുള്ള ആളുകളിൽ നിന്നു കൂടുതൽ അകന്നുനിൽക്കുന്നതിനു മാത്രമേ ഉപകാരപ്പെടൂ. ഫോ ണിലേക്ക് ഉറ്റുനോക്കിയിരിക്കുന്നത്, മറ്റുള്ളവരുമായി ഇടപെടുന്ന തുവഴി സ്വാഭാവികമായി ഉത്കണ്ഠ ലഘൂകരിക്കുന്നതിനും അങ്ങ നെ മാനസികാവസ്ഥ മെച്ചപ്പെടുത്തുന്നതിനുമുള്ള സാധ്യതകളെ ഇല്ലാതാക്കും. മറ്റൊരു വിധത്തിൽ പറഞ്ഞാൽ, സ്മാർട്ട്ഫോണു മായി കൂടുതൽ ഇടപഴകുന്നത് ഉത്കണ്ഠയെ കൂടുതൽ വഷളാക്കു കയാണു ചെയ്യുന്നത്.

സ്മാർട്ട്ഫോൺ അല്ലെങ്കിൽ ഇന്റർനെറ്റ് ആസക്തി ജീവിതത്തെ പ്രതികൂലമായി ബാധിക്കുമോ?

ഉറപ്പായും ബാധിക്കും എന്നാണ് ഉത്തരം. ഏകാന്തതയും വിഷാദവും വർദ്ധിക്കുന്നു. ഓൺലൈനിൽ സ്വയം നഷ്ടപ്പെടുന്നത് ഏകാന്തത, വിഷാദം, വിരസത തുടങ്ങിയ വികാരങ്ങളെ താൽ ക്കാലികമായി ഇല്ലാതാക്കുമെന്നു തോന്നിപ്പിച്ചാലും, ഇതു യഥാർ ത്ഥത്തിൽ കാര്യങ്ങൾ കൂടുതൽ വഷളാക്കുകയാണു ചെയ്യുന്നത്. ഉപയോക്താക്കൾ, പ്രത്യേകിച്ചും കൗമാരപ്രായക്കാർ, സോഷ്യൽ

മീഡിയയിലെ സമപ്രായക്കാരുമായി തങ്ങളെത്തന്നെ താരതമ്യം ചെയ്യുകയും, വിഷാദത്തിന് വളരെ വേഗം അടിപ്പെടുകയും ചെയ്യുന്നു.

മൊബൈലിന്റെ അനിയന്ത്രിതമായ ഉപയോഗം ഉത്കണ്ഠ വർദ്ധിപ്പിക്കുന്നു

ജോലിസ്ഥലത്ത് ഫോണിന്റെ സാന്നിധ്യം ആളുകളെ കൂടുതൽ ഉത്കണ്ഠാകുലരാക്കുകയും അതു ചെയ്യാൻ ഏൽപ്പിച്ചിരിക്കുന്ന ജോലികളിൽ മോശം പ്രകടനം നടത്തുന്നതിനുകാരണമാക്കുകയും ചെയ്യുന്നു. ഒരു വ്യക്തിയുടെ ഫോൺ ഉപയോഗം എത്രത്തോളം ഭാരമാകുന്നുവോ അത്രയധികം അവർ അനുഭവിക്കുന്ന ഉത്കണ്ഠയും വർദ്ധിക്കും.

ജോലിക്കായി സ്മാർട്ട്ഫോൺ ഉപയോഗിക്കുന്നതു മിക്കപ്പോഴും വീട്ടിലേക്കും വ്യക്തിജീവിതത്തിലേക്കും ജോലി കടന്നു കയറുന്നു എന്ന അവസ്ഥ ഉണ്ടാക്കുന്നു. ജോലിയിൽ നിന്ന് ഒരിക്കലും വിട്ടുനിൽക്കാനാകാതെ എപ്പോഴും അതിൽ തുടരാനുള്ള സമ്മർദ്ദം ഇതിലൂടെ സൃഷ്ടിക്കപ്പെടും. തുടർച്ചയായി ഇമെയിൽ പരിശോധിക്കുകയും പ്രതികരിക്കുകയും ചെയ്യേണ്ടിവരുന്നത് ഉയർന്ന മാനസികസമ്മർദ്ദത്തിനും ബേൺഔട്ടിനും കാരണവുമാകും.

ശ്രദ്ധക്കുറവ് തകരാറുകൾ വർദ്ധിപ്പിക്കുന്നു

സ്മാർട്ട്ഫോണിൽ നിന്നുള്ള സന്ദേശങ്ങളുടെയും വിവരങ്ങളുടെയും നിരന്തരമായ സ്ട്രീം തലച്ചോറിനെ കീഴടക്കുകയും കുറച്ച് മിനിറ്റിലധികം ഏതെങ്കിലുമൊരു കാര്യത്തിൽ ശ്രദ്ധ കേന്ദ്രീകരിക്കുന്നത് അസാധ്യമാക്കുകയും ചെയ്യും. ശ്രദ്ധ കേന്ദ്രീകരിക്കാനും ആഴത്തിൽ അല്ലെങ്കിൽ ക്രിയാത്മകമായി ചിന്തിക്കാനുമുള്ള കഴിവു കുറയ്ക്കുന്നു. സ്മാർട്ട്ഫോണിന്റെ സ്ഥിരമായ നോട്ടിഫിക്കേഷൻ മുഴക്കം, പിംഗ് ശബ്ദം അല്ലെങ്കിൽ ബീപ്പ് എന്നിവ പ്രധാനപ്പെട്ട ജോലികളിൽ നിന്നുള്ള ശ്രദ്ധ വ്യതിചലിപ്പിക്കാനും അതുവഴി ജോലി മന്ദഗതിയിലാക്കാനും കാരണമാകും. കൂടാതെ, ഇവയ്ക്ക് സർഗ്ഗാത്മകതയ്ക്കും പ്രശ്നപരിഹാരത്തിനും വളരെ നിർണായകമായ ശാന്തമായ നിമിഷങ്ങളെ തടസ്സപ്പെടുത്താനും കഴിയും.

കാരണം ചിന്തകളിൽ ഒറ്റയ്ക്കായിരിക്കുന്നതിനുപകരം എല്ലായ്പ്പോഴും ഓൺലൈനിലാണ് നമ്മുടെ ചിന്തകൾ കണക്റ്റ് ചെയ്യപ്പെട്ടിരിക്കുക.

ഉറക്കം തടസ്സപ്പെടുന്നു

അമിതമായ സ്മാർട്ട്ഫോൺ ഉപയോഗം ഉറക്കത്തെ തടസ്സപ്പെടുത്തും. അതു വ്യക്തിയുടെ മൊത്തത്തിലുള്ള മാനസികാരോഗ്യത്തെ ഗുരുതരമായി ബാധിക്കും. ഇത് ഓർമയെ ബാധിക്കുകയും വ്യക്തമായി ചിന്തിക്കാനുള്ള കഴിവിനെ ബാധിക്കുകവഴി വൈജ്ഞാനിക കഴിവുകളും പഠന കഴിവുകളും കുറയ്ക്കുകയും ചെയ്യും.

സോഷ്യൽമീഡിയയിൽ കൂടുതൽ സമയം ചിലവഴിക്കുന്നവർ നാർസിസം പോലുള്ള നിഷേധാത്മക സ്വഭാവവിശേഷങ്ങൾ പ്രകടിപ്പിക്കാൻ സാധ്യതയുണ്ടെന്ന് യു. കെ.യിലെ ഒരു പഠനം കണ്ടെത്തിയിട്ടുണ്ട്. അനന്തമായ സെൽഫികൾ എടുക്കുക, സ്വന്തം ജീവിതത്തെക്കുറിച്ചുള്ള എല്ലാ ചിന്തകളും വിശദാംശങ്ങളും പബ്ലിക്കിനു കാണത്തക്കവിധം പോസ്റ്റുചെയ്യുക എന്നിവ അനാരോഗ്യകരമായ സ്വാർത്ഥത സൃഷ്ടിക്കുകയും യഥാർത്ഥ ജീവിതബന്ധങ്ങളിൽ നിന്ന് അകറ്റുകയും ചെയ്യും.

സ്മാർട്ട്ഫോൺ ആസക്തിയുടെ ലക്ഷണങ്ങൾ

ഫോണിൽ ചെലവഴിച്ച സമയം, അപ്ഡേറ്റുകൾക്കായി ഫോൺ പരിശോധിക്കുന്ന ആവൃത്തി, അയയ്ക്കുന്നതോ സ്വീകരിക്കുന്നതോ ആയ സന്ദേശങ്ങളുടെ എണ്ണം ഇവ കണക്കാക്കി അമിത ഉപയോഗമുണ്ടോ എന്നു കണ്ടെത്താം.

കുടുംബബന്ധങ്ങൾ, ജോലി, പഠനം, ഹോബികൾ അല്ലെങ്കിൽ ജീവിതത്തിലെ മറ്റു പ്രധാനകാര്യങ്ങൾ എന്നിവയിൽ നിന്നും അകറ്റി നിർത്തുന്ന തരത്തിൽ ഒരു ദിവസത്തിന്റെ ഭൂരിഭാഗം സമയവും മൊബൈലിലും അതിലെ പലതരം പ്ലാറ്റ്ഫോമുകളിലും സമയം ചെലവിടുകയാണെങ്കിൽ ഫോൺഅഡിക്ഷൻ ഗുരുതരമായി ബാധിച്ചു എന്നുകാണാം. ഫേസ്ബുക്ക് അപ്ഡേറ്റുകൾ വായിക്കുന്നതിനായി ഡ്രൈവ് ചെയ്യുമ്പോഴോ, ക്ലാസ്സ് സമയത്തോ, ജോലി സമയത്തോ ഫോൺ നിർബന്ധപൂർവ്വം പരിശോധിക്കുന്നുണ്ടോ? ഉച്ചഭക്ഷണസമയത്തു സുഹൃത്തുക്കളെ അവഗണിച്ച് ഫോണിലെ നോട്ടിഫിക്കേഷനുകൾക്കു പിന്നിലാണോ? എങ്കിൽ സ്വന്തം സ്മാർട്ട്ഫോൺ ഉപയോഗത്തെക്കുറിച്ചു വിലയിരുത്താനുള്ള സമയമായിക്കഴിഞ്ഞു.

ജോലിസ്ഥലത്തോ വീട്ടിലോ ജോലികൾ പൂർത്തിയാക്കുന്നതിൽ പ്രശ്നം, ഓൺലൈനിൽ ചാറ്റുചെയ്യുന്നതിനോ ടെക്സ്റ്റ് ചെയ്യുന്നതിനോ വീഡിയോ ഗെയിമുകൾ കളിക്കുന്നതിനോ തിരക്കിലായ

തിനാൽ അത്താഴത്തിനു വൈകുന്നു, വീട്ടിൽ അലക്കാനുള്ള തുണികൾ കുന്നുകൂടുന്നു, കൃത്യസമയത്ത് ജോലി പൂർത്തിയാക്കാൻ കഴിയാത്തതിനാൽ പലപ്പോഴും വൈകി ജോലി ചെയ്യേണ്ടി വരുന്നു... ഇങ്ങനെയെങ്കിൽ, ഉറപ്പായും മൊബൈൽ അഡിക്ഷനെക്കുറിച്ച് സ്വയം ചിന്തിക്കേണ്ട സമയം അതിക്രമിച്ചിരിക്കുന്നു എന്നറിയുക.

കുടുംബത്തിലോ സുഹൃത്തുക്കൾക്കൊപ്പമോ, എന്തിന് ഒരു ഒഫീഷ്യൽ മീറ്റിങ്ങ് തന്നെയാകട്ടെ, അതിനിടയിൽ ഫോണിലേക്കു ശ്രദ്ധപോകുകയും, വാട്സ്ആപ്പിലോ അതുപോലുള്ള ആപ്പുകളിലോ മറുപടി നൽകി സ്വയം മറക്കുകയും പതിവാണോ? എങ്കിൽ അതു ഗുരുതരമായ പ്രത്യാഘാതം സൃഷ്ടിക്കും, ബന്ധങ്ങളിലും, ഒപ്പം ജോലിയിലും പഠനത്തിലുമൊക്കെ. ഇനി മൊബൈൽ അഡിക്ഷന്റെ ഒരു ലക്ഷണമാണ് കുറ്റപ്പെടുത്തലുകൾ വർദ്ധിക്കുമ്പോൾ ഒളിഞ്ഞും മറഞ്ഞും ഉപയോഗം തുടരുന്ന സ്വഭാവം. കുട്ടികളാണെങ്കിൽ ബുക്കിനകത്ത് ഒളിപ്പിച്ചുവച്ചോ മുതിർന്നവരുടെ കണ്ണുവെട്ടിച്ചോ മൊബൈൽ ഗെയിമുകളിലേക്കു കൂപ്പുകുത്തുന്നതു കാണാം. ഇനി മുതിർന്നവരാകട്ടെ, നോട്ടിഫിക്കേഷൻ ഓഫാക്കി വച്ചും, ഓഫീസ് ക്യാമറ പതിയാത്ത ഇടത്തു മാറിനിന്നുമൊക്കെ ഉപയോഗം തുടരുന്നതു കാണാം.

ചോദ്യം ചെയ്യപ്പെട്ടാൽ ഉപയോഗിച്ചില്ല എന്നു കള്ളം പറയാൻ ഒട്ടും മടിതോന്നില്ല. ഈ ഘട്ടം കഴിഞ്ഞാൽ ഓൺലൈൻ സമയം തടസ്സപ്പെട്ടാൽ പ്രകോപിതരാകുന്നവരും കുറവല്ല. ഇതും മൊബൈൽ അഡിക്ഷന്റെ ലക്ഷണങ്ങൾ തന്നെയാണ്.

'നഷ്ടപ്പെടുമോ എന്ന ഭയം' മൊബൈൽ അഡിക്ഷന്റെ മറ്റൊരു ലക്ഷണമാണ്. ഫോൺ പരിശോധിക്കാൻ രാത്രിയിൽ ഇടയ്ക്കിടെ എഴുന്നേൽക്കുന്നതും ഫോൺ ആവർത്തിച്ചു പരിശോധിക്കുന്നില്ലെങ്കിൽ പ്രധാനപ്പെട്ട വാർത്തകളോ വിവരങ്ങളോ നഷ്ടപ്പെടുമെന്നു കരുതുന്നതും അഡിക്ഷന്റെ മറ്റു ലക്ഷണങ്ങളാണ്.

വ്യക്തികളുമായി നേരിട്ട് ഇടപഴകുന്നതും ഓൺലൈനിലൂടെ മറ്റുള്ളവരുമായി ഇടപഴകുന്നതും തമ്മിലുള്ള വ്യത്യാസം മനസ്സിലാക്കേണ്ടതുണ്ട്. മനുഷ്യർ സാമൂഹികജീവികളാണ്. നമ്മൾ ഒറ്റപ്പെടാനോ മനുഷ്യന്റെ ഇടപെടലിനായി സാങ്കേതികവിദ്യയെ മാത്രം ആശ്രയിച്ചു മുന്നോട്ടുപോകുവാനോ പാടില്ല. മറ്റൊരു വ്യക്തിയുമായി നേരിട്ട് ഇടപഴകുമ്പോൾ അവരുടെ സംസാരത്തിനോടും ശരീരഭാഷയോടും പ്രതികരിക്കും. നേരിട്ടു സംസാരിക്കു

മ്പോൾ, സമ്മർദ്ദത്തെ പ്രതിരോധിക്കാൻ കഴിയും. ടെക്സ്റ്റ് മെസേജ്, ഇമെയിൽ എന്നിവയിലൂടെ ആശയവിനിമയം നടത്തുമ്പോൾ വൈകാരികമായി അതേ സ്വാധീനം ഉണ്ടാകില്ല. കൂടാതെ, ഒരു പ്രതിസന്ധിയുണ്ടാകുമ്പോൾ ആലിംഗനം ചെയ്യാനോ, അസുഖം വരുമ്പോൾ സന്ദർശിക്കാനോ, സന്തോഷകരമായ ഒരു സന്ദർഭം ആഘോഷിക്കാനോ ഓൺലൈൻ സുഹൃത്തുക്കൾക്കു കഴിയില്ല.

അധ്യായം 3
മൊബൈൽ ഫോണും കുട്ടികളും

ശ്രദ്ധിച്ചിട്ടുണ്ടോ ചില കുട്ടികളെ? രണ്ടോ രണ്ടരയോ വയസ്സു മാത്രമേ പ്രായം ഉണ്ടാകൂ. പക്ഷേ, വല്ലാത്ത വാശി, ദേഷ്യം, കരച്ചിൽ, ഒരു നിമിഷം അടങ്ങിയിരിക്കായ്ക... ഇങ്ങനെയുള്ള കുട്ടികളെ കണ്ടിട്ടില്ലേ? ഒരതിഥി വീട്ടിലെത്തിയാൽ അവർ വല്ലാതെ ബഹളം കൂട്ടും. എന്നാൽ ഈ കുട്ടികളെ നിമിഷംകൊണ്ടു ശാന്തരാക്കാം. എന്താണു വഴിയെന്നോ? മൊബൈൽ ഫോൺ കൈയിൽ കൊടുത്താൽ മാത്രം മതി. ഇതൊരു നല്ല പ്രവണതയാണോ? ഇതു കൊണ്ട് എന്താണു കുഴപ്പം?

ഒരു ഡോക്ടറുടെ കേസ് സ്റ്റഡി പരിശോധിക്കാം. വീട്ടിലെ രണ്ടര വയസ്സുകാരി സംസാരിക്കുന്നില്ല. അച്ഛാ എന്നോ അമ്മയെന്നോ അവൾ മിണ്ടുന്നില്ല. എന്താണു പ്രശ്നം? കേൾവിക്കുറവ്? അതോ മറ്റെന്തെങ്കിലും?ഏതായാലും കുട്ടിയെ പരിശോധിച്ച ഡോക്ടർക്കു കാര്യം പിടികിട്ടി. ആ കുട്ടിക്ക് യാതൊരു ശാരീരിക പ്രശ്നങ്ങളും ഉണ്ടായിരുന്നില്ല. പ്രശ്നം ഒന്നു മാത്രം, മൊബൈൽ ഫോണിന്റെ ഉപയോഗം!

വിശ്വസിക്കാൻ ബുദ്ധിമുട്ടുണ്ടോ? പക്ഷേ, സത്യമാണ്. രാവിലെ ജോലിക്കുപോകുന്ന അച്ഛൻ, വീട്ടിൽ കുട്ടിയും അമ്മയും മാത്രം. കുഞ്ഞിനെ അടക്കിയിരുത്താനും രസിപ്പിക്കാനുമായി മൊബൈലിൽ യുട്യൂബ് ചാനലിൽ നിന്നും കുഞ്ഞുങ്ങളുടെ പാട്ടുകൾ കാണിച്ചു കൊടുക്കുന്നതിൽ നിന്നായിരുന്നു ആരംഭം. എന്നാലോ ദിവസങ്ങൾപോകെ കുഞ്ഞ് ഒറ്റയ്ക്കായി പാട്ടുകേൾക്കൽ. മുതിർന്നവരെ അതിശയിപ്പിച്ചുകൊണ്ടാണ് അവൾ സ്വയം ഫോൺ തുറന്ന് അവൾക്കാവശ്യമുള്ള പാട്ടുകൾ കണ്ടെത്തിയിരുന്നത്. എന്നാൽ പോകെപ്പോകെ, കുഞ്ഞിന് ഏതു സമയത്തും ഫോൺ കൈയിൽ വേണമെന്നായി. യുട്യൂബിലെ കഥാപാത്രങ്ങളും ടെലിവിഷൻ

ചാനലിലെ കാർട്ടൂൺ കഥാപാത്രങ്ങളും മാത്രമായി അവൾക്കുചുറ്റും. മെല്ലെ മെല്ലെ കുട്ടി കാഴ്ചയുടെ മാത്രം ലോകത്തായി. മറ്റാരോടെങ്കിലും സംസാരിക്കേണ്ട ആവശ്യം ഉള്ളതായി അവൾക്കു തോന്നിയില്ല. ഫോൺ കൊടുക്കാതിരുന്നാൽ അലറി വിളിച്ചുകരഞ്ഞു നിലത്തുവീണ് ഉരുളും. അതുകണ്ടു ഭയന്നു രക്ഷിതാക്കൾ വേഗം കുഞ്ഞിനു ഫോൺ നൽകും. കുഞ്ഞു വീണ്ടും വളരെ ശാന്തമായി ഫോണിലേക്കു ശ്രദ്ധ തിരിച്ച് അടങ്ങിയിരിക്കും.

സ്വാഭാവികമായാണു കുഞ്ഞിന്റെ ലോകം മൊബൈൽ സ്ക്രീനിലേക്ക് ഒതുങ്ങിയത്. കാര്യം മനസ്സിലായ ഡോക്ടർ ഒന്നേ ആവശ്യപ്പെട്ടുള്ളൂ, കുഞ്ഞിന്റെ കൈയിൽ മൊബൈൽ കൊടുക്കാതിരിക്കുക. അല്പം ശ്രമകരമായിരുന്നു ആ നിർദ്ദേശമെങ്കിലും അതു ഫലം ചെയ്തു. രണ്ടാഴ്ച കൊണ്ടു കുഞ്ഞു സംസാരിക്കാൻ ആരംഭിച്ചു.

എന്തുകൊണ്ടാണു തീരെ ചെറിയ കുട്ടികൾ മൊബൈലിലേക്കു ആകർഷിക്കപ്പെടുന്നത്?

ഏകദേശം രണ്ടു വയസ്സാകുന്നതോടെയാണ് ഒരു കുഞ്ഞിന്റെ തലച്ചോറിൽ, മാതാപിതാക്കളിൽ നിന്നും വ്യത്യസ്തനായ ഒരു വ്യക്തി ആണു താൻ എന്ന ബോധം ആദ്യമായി ഉണ്ടാകുന്നത്. ഈ ഘട്ടത്തിൽ, കൂടുതൽ സ്വതന്ത്രരാകാൻ അവർ ആഗ്രഹിക്കും. പിഞ്ചുകുട്ടികൾ തങ്ങളുടെയുള്ളിൽ പുതുതായി രൂപപ്പെട്ട സ്വാതന്ത്ര്യവും നിയന്ത്രണവും പ്രകടിപ്പിക്കുന്നത് തിരഞ്ഞെടുപ്പുകളിലൂടെയാണ്; പർപ്പിൾ നിറത്തിലുള്ള കപ്പു വേണ്ട, നീല കപ്പിൽ വേണം, ചുമപ്പ് ഉടുപ്പു വേണ്ട വെള്ള മതി എന്നു നിർബന്ധം പിടിക്കുന്നതുപോലെ.

അങ്ങനെ സ്വയം തീരുമാനിക്കാൻ കഴിവായി എന്നു കരുതുന്ന സമയത്താണു കുഞ്ഞുങ്ങൾ മാതാപിതാക്കളുടെ കൈയിലെ മൊബൈലിൽ ശ്രദ്ധിക്കുന്നത്. തനിക്കിഷ്ടമുള്ള കാഴ്ചകൾ, പാട്ടുകൾ, കാർട്ടൂണുകൾ ഒക്കെ കാണാൻ മറ്റാരും തടസ്സം നിൽക്കരുത്. അതുവഴി അവൻ പറയാൻ ശ്രമിക്കുന്നത് സ്വന്തം നിലപാടുകൾ സ്വതന്ത്രമായി എടുക്കുകയാണ് താൻ എന്നാണ്.

യഥാർത്ഥത്തിൽ അവൻ മുതിർന്നവരെ അനുകരിക്കുകയാണ്. അപ്പോൾ അവനുമായി രസകരമായി സമയം ചെലവിടുന്ന ഒന്നിലേക്കു കൂടുതലായി ആകർഷിക്കപ്പെടുകയും അതിൽ തുടരാൻ ഇഷ്ടപ്പെടുകയും ചെയ്യുന്നു.

ഒരു കുട്ടിയുടെ തലച്ചോറിനെ സെൽഫോണുകൾ എങ്ങനെ ബാധിക്കുന്നു?

സെൽഫോണുകൾ ഒരുതരം വികിരണം പുറപ്പെടുവിക്കുന്നു, നോൺ അയോണൈസിംഗ് റേഡിയേഷൻ. കുറഞ്ഞ-ഊർജ്ജ വികിരണമായ ഇത് ദീർഘകാലാടിസ്ഥാനത്തിൽ തലച്ചോറിനെ ദോഷകരമായി ബാധിച്ചേക്കാം. സെൽഫോണുകൾ കുട്ടികളുടെ തലച്ചോറിനെ എത്രത്തോളം ദോഷകരമായി ബാധിക്കുന്നു എന്നതിനു വ്യക്തമായ തെളിവുകളൊന്നുമില്ലെങ്കിലും, ചില പഠനങ്ങൾ നൽകുന്നത് ആശങ്കാജനകമായ കണ്ടെത്തലുകളാണ്.

അഡോളസന്റ് ബ്രെയിൻ കോഗ്നിറ്റീവ് ഡെവലപ്മെന്റ് (എബിസിഡി) പഠനത്തിൽ നിന്നുള്ള പ്രാഥമിക ഡാറ്റ പ്രകാരം, സെൽഫോണുകളിൽ ചെലവഴിക്കുന്ന സമയം ഉൾപ്പെടെയുള്ള സ്ക്രീൻ സമയം വർദ്ധിക്കുന്നതു തലച്ചോറിനു മാത്രമല്ല, കുട്ടിയുടെ ചിന്താരീതികളെയും ഉറക്കചക്രങ്ങളെയും പെരുമാറ്റത്തെയും ബാധിക്കുകയും, കൂടാതെ കുഞ്ഞിന്റെ ശ്രദ്ധ കുറഞ്ഞ് ആക്രമണോത്സുകതയോടെ പെരുമാറാനും സാധ്യതയുണ്ട്.

സ്ക്രീനുകളിൽ കൂടുതൽ സമയം ചിലവഴിക്കുന്ന കുട്ടികളിൽ കോർട്ടെക്സ് അകാലത്തിൽ മെലിഞ്ഞു പോയതായി ബ്രെയിൻ സ്കാനുകൾ തെളിയിച്ചിട്ടുണ്ട്. അഞ്ച് ഇന്ദ്രിയങ്ങളിൽ നിന്നുമുള്ള വ്യത്യസ്ത തരം വിവരങ്ങൾ പ്രോസസ്സ് ചെയ്യുന്നതിൽ ഉൾപ്പെട്ടിരിക്കുന്ന തലച്ചോറിന്റെ ഏറ്റവും പുറംപാളിയാണ് കോർട്ടെക്സ്. ചെറുപ്രായത്തിൽ തന്നെ കോർട്ടെക്സ് മെലിഞ്ഞത്, സെൽഫോണുകളുടെ ഉപയോഗത്താൽ കുട്ടികൾ നേരത്തെ പക്വത പ്രാപിക്കുന്നതായി സൂചിപ്പിക്കുന്നു.

സെൽഫോണുകൾ ബ്രെയിൻ ക്യാൻസറിന് കാരണമാകുമോ?

സെൽഫോൺ ഉപയോഗം ക്യാൻസറിന് കാരണമാകുമോ എന്ന് നിർണ്ണയിക്കാൻ നിരവധി പഠനങ്ങൾ നടത്തിയിട്ടുണ്ട്, എന്നിരുന്നാലും വ്യക്തമായ തെളിവുകൾ സ്ഥാപിക്കാൻ പഠനങ്ങൾക്കു കഴിഞ്ഞിട്ടില്ല. ഈ മേഖലയിലുള്ള ഗവേഷണങ്ങൾ ഇപ്പോഴും നടന്നു കൊണ്ടിരിക്കുന്നു. മൊബൈൽ ടെക്നോളജിയിലെ റേഡിയേഷൻ തരംഗങ്ങളെ ശാസ്ത്രം ശ്രദ്ധാപൂർവ്വം വീക്ഷിക്കുന്നുണ്ട്.

കുട്ടികൾക്കായി എത്ര സ്ക്രീൻസമയമാണ് ശുപാർശ ചെയ്യുന്നത്?

18 മാസത്തിൽ താഴെ പ്രായമുള്ള കുട്ടികൾ ഒരുതരത്തിലുള്ള സ്ക്രീൻ സമയത്തിനും വിധേയരാകരുത്. 18–24 മാസം പ്രായമുള്ള കുട്ടികളുടെ രക്ഷിതാക്കൾ ഉയർന്ന നിലവാരമുള്ള പ്രോഗ്രാമുകൾ മാത്രം തിരഞ്ഞെടുത്ത് അവരുടെ കുട്ടിയുമായി അത് കാണണം. കുട്ടിയെ ഒറ്റയ്ക്ക് ഒന്നും കാണാൻ അനുവദിക്കരുത്. 2–5 വയസ്സ് പ്രായമുള്ള കുട്ടികളെ, വിദ്യാഭ്യാസപരവും സാമൂഹികവും അഹിംസാത്മകവുമായ പരിപാടികൾ മാത്രം കാണാൻ മാതാപിതാക്കൾ അനുവദിക്കണം. സ്ക്രീൻസമയം ഒരു മണിക്കൂറിൽ കൂടരുത്, കുട്ടികളോടൊപ്പം മാതാപിതാക്കളും കാണണം. സെൽഫോണുകൾ ചെറിയ തോതിൽ റേഡിയേഷനുമായാണ് വരുന്നത്. ദീർഘകാലത്തേക്ക് ഏതെങ്കിലും റേഡിയേഷനുമായി സമ്പർക്കം പുലർത്തുന്നത് നല്ലതല്ല. അതുകൊണ്ട്, സെൽഫോണുകൾ കുട്ടികൾ സ്വതന്ത്രമായി കളിക്കാനുള്ള കളിപ്പാട്ടങ്ങളായി കരുതാതിരിക്കാൻ ശ്രദ്ധിക്കേണ്ടത് രക്ഷിതാക്കളാണ്.

മുതിർന്നവരുടെ ഫോൺ ഉപയോഗം കുട്ടികളെ സ്വാധീനിക്കുമോ? ഒരുദിവസം നീണ്ട ജോലിക്കുശേഷം വീട്ടിൽ തിരികെയെത്തുന്ന അമ്മ തന്റെ ഓഫീസ്ബാഗ് താഴെവച്ച്, മൊബൈൽഫോൺ എടുത്തുനോക്കുന്നു. ഒരു പകലിന്റെ ക്ഷീണം, സോഫയിൽ ചാഞ്ഞുകിടന്ന് അവൾ അലസമായി വാട്ട്സ്ആപ്പ്, ഫേസ്ബുക്ക്, ഇൻസ്റ്റാഗ്രാം എന്നിവയിലൂടെ കടന്നു പോവുകയാണ്. അതിനിടയിൽ, അവളുടെ ചെറിയ മകൻ ഓടിവന്നു കെട്ടിപ്പിടിച്ചു.

അവന്റെ തലയൊന്നു തടവി അവൾ വീണ്ടും മൊബൈലിലേക്കു തന്നെ ശ്രദ്ധിച്ചു. തന്റെ കൂട്ടുകാരൻ സ്ക്കൂളുമാറിപ്പോകുന്നതിനെക്കുറിച്ച് അമ്മയോടു സങ്കടം പറയാൻ ദിവസം മുഴുവൻ കാത്തിരുന്ന ആ മകൻ, അവന്റെ അമ്മയുടെ ശ്രദ്ധ തന്നിലേക്കാകർഷിക്കാൻ പലവിധത്തിൽ ശ്രമിച്ചു. അവസാനം അവൾ അവനെ സംസാരിക്കാൻ അനുവദിച്ചു, പക്ഷേ, അപ്പോഴും മൊബൈലിൽത്തന്നെ ആയിരുന്നു ആ അമ്മ. അവഗണിക്കപ്പെട്ടതായി തോന്നിയ കുട്ടി മുഖം വീർപ്പിച്ച് അടുത്ത മുറിയിലേക്കു പോയി, അവനു കൊടുത്തിരുന്ന ടാബ് ഉപയോഗിച്ചു കളിക്കാൻ തുടങ്ങുന്നു. അവനു താൻ അവഗണിക്കപ്പെട്ടതായി അനുഭവപ്പെടുകയും ആ വികാരം ഒഴിവാക്കാൻ സാധിക്കാതെ വരികയും ചെയ്യുന്നു. ഈ സമയം അവിടേക്കുവരുന്ന അമ്മ മകൻ ടാബിൽ കളിക്കുന്നതു കണ്ട് അവനെ വഴക്കു പറയുന്നു. ഈ സംഭവത്തെ എങ്ങനെയാണു നമ്മൾ മനസ്സിലാക്കേണ്ടത്?

കുട്ടിയുടെ സ്ക്രീൻസമയത്തെക്കുറിച്ചു വിഷമിക്കുന്ന അതേ രക്ഷിതാക്കൾതന്നെ സ്വന്തം സ്ക്രീൻ ആസക്തി കൊണ്ടു കുട്ടിയെ വേദനിപ്പിക്കുന്നു എന്നറിയുമ്പോഴാണ് ആശ്ചര്യം. ശരിക്കും ഒരു സങ്കടകരമായ യാഥാർത്ഥ്യമാണത്. ഡെവലപ്മെന്റൽ സയൻസ് ജേണലിൽ പ്രസിദ്ധീകരിച്ച ഒരു പഠനമനുസരിച്ച് അമ്മയുടെ ഭാഗത്തുനിന്നും ഉണ്ടാകുന്ന അവഗണനയും മൊബൈലിന്റെ അധികരിച്ച ഉപയോഗവും ശിശുക്കളുടെ സാമൂഹികവും വൈകാരികവുമായ പ്രവർത്തനങ്ങളിലും, രക്ഷിതാക്കളും കുട്ടികളും തമ്മിലുള്ള ഇടപെടലുകളിലും പ്രതികൂലസ്വാധീനം ചെലുത്തും.

മാതാപിതാക്കൾ ഫോണിൽ തിരക്കിട്ടു സംസാരിക്കുമ്പോൾ കുട്ടികൾ ബഹളമുണ്ടാക്കുകയോ, പ്രകോപിപ്പിക്കുകയോ ചെയ്യുന്നതായി പലപ്പോഴും ശ്രദ്ധിച്ചിരിക്കാം. കുട്ടികൾ നമ്മളെ കണ്ടു പഠിക്കുന്നു' എന്നതു വെറും പ്രയോഗമല്ല, മറിച്ചു നമ്മുടെ പെരുമാറ്റങ്ങൾ അവരുടെ വളർച്ചയുടെ ഘട്ടങ്ങളിൽ നിർണായക പങ്ക് വഹിക്കുന്നു. നിരന്തരമായി മൾട്ടി ടാസ്കിംഗ് ചെയ്യുന്ന, ഫോണിൽ സന്ദേശങ്ങൾക്കു മറുപടി നൽകുന്ന, കുടുംബാംഗങ്ങളുമായും സുഹൃത്തുക്കളുമായും ഫോണിൽ സംസാരിക്കുകയും പാചകം ചെയ്യുകയും അതേസമയം കുട്ടികളെ നിയന്ത്രിക്കാൻ ശ്രമിക്കുകയും ചെയ്യുന്ന പല അമ്മമാരെയും നമ്മൾ കാണാറുണ്ട്.

സ്മാർട്ട്ഫോണുകളുടെ ഉയർന്ന ഉപയോഗം പലപ്പോഴും അശ്രദ്ധമായ പെരുമാറ്റം, അക്ഷമ, കുടുംബ ദിനചര്യയിൽ അസ്വസ്ഥത എന്നിവയിലേക്കു നയിക്കുന്നു. ദീർഘനേരം ഒരു ജോലിയിൽ ശ്രദ്ധ കേന്ദ്രീകരിക്കുന്നതിൽ പ്രയാസം നേരിടാൻ തുടങ്ങുന്നു. അച്ഛന്മാർ ലാപ്ടോപ്പിൽ ജോലി ചെയ്യുന്നതും, ഫേസ്ബുക്കിലും വാട്ട്സ്ആപ്പിലും സമയം ചിലവഴിക്കുന്നതും, അവധി ദിവസങ്ങളിൽപ്പോലും മക്കൾക്കൊപ്പം സമയം ചിലവഴിക്കുന്നതിനുപകരം ബിസിനസ് കോളുകൾക്കു മറുപടി നൽകുന്നതും കാണാറില്ലേ?

ഫോണുകളും മറ്റ് ഡിജിറ്റൽ മീഡിയകളും പതിവായി ഉപയോഗിക്കുന്ന ആളുകളിൽ, കുറച്ചു സമയം മാത്രം അതിൽ ചെലവഴിക്കുന്ന ആളുകളുമായി താരതമ്യപ്പെടുത്തുമ്പോൾ, തലച്ചോറിന്റെ സിംഗുലേറ്റഡ് കോർട്ടക്സിലെ ചാരനിറത്തിലുള്ള ദ്രവ്യത്തിന്റെ അളവു കുറയുന്നതായി സമീപകാല പഠനങ്ങൾ കാണിക്കുന്നു. മസ്തിഷ്കത്തിന്റെ ഈ ഭാഗത്തെ കുറഞ്ഞ ചാരനിറത്തിലുള്ള ദ്രവ്യം ഫോക്കസും ശ്രദ്ധയും ഉൾപ്പെടെയുള്ള എക്സിക്യൂട്ടീവ് പ്രവർത്തനങ്ങളെ ബാധിക്കുന്നു. മുതിർന്നവർ അവരുടെ മാനസി

കവും ശാരീരികവുമായ ക്ഷേമത്തിനും, അവരുടെ കുടുംബ യൂണിറ്റിന്റെ ക്ഷേമത്തിനും ഡിജിറ്റൽ ഗാഡ്ജെറ്റുകളുടെഉപയോഗം പരിമിതപ്പെടുത്തേണ്ടതു വളരെ പ്രധാനമാണ്. മാതാപിതാക്കളുടെ ശ്രദ്ധ കിട്ടുന്ന കുട്ടികൾ അഭിവൃദ്ധി പ്രാപിക്കുകയും കൂടുതൽ ആത്മവിശ്വാസം നേടുകയും ചെയ്യുമെന്ന് ചൈൽഡ് സൈക്കോളജിസ്റ്റുകൾ കണ്ടെത്തിയിട്ടുണ്ട്. അവർക്കു ശ്രദ്ധ കേന്ദ്രീകരിക്കാൻ എളുപ്പമാണ്.

രക്ഷിതാക്കൾ കുട്ടിയുടെ മുന്നിൽ മൊബൈൽഫോൺ സദാ ഉപയോഗിക്കുമ്പോൾ, അതു തെറ്റായ സന്ദേശമാണു നൽകുക. പൂർണ്ണമായും ഇലക്ട്രോണിക് ഗാഡ്ജെറ്റിൽ നിന്നു വിട്ടുനിൽക്കുക അസാധ്യമാണ്, എന്നാൽ കുട്ടിയോടൊപ്പമുള്ളപ്പോൾ ശാരീരികമായും മാനസികമായും പൂർണ്ണമായും അവരോടൊപ്പമായിരിക്കാൻ പരമാവധി ശ്രമിക്കുക. തിരക്കേറിയ ജീവിതത്തിൽ നിന്നും രക്ഷപ്പെടാൻ നാമെല്ലാവരും ഫോണുകളിലേക്കു തിരിയുന്നു. ഇതു നമുക്ക് ഒരു ചെറിയ രക്ഷപ്പെടൽ നൽകുന്നുണ്ട്. പക്ഷേ സമയബോധം നഷ്ടപ്പെടുമ്പോൾ അത് അപകടകരമാണ്. സാങ്കേതികവിദ്യ ആകർഷകമാണ്, പക്ഷേ അതിൽ പെട്ടുപോകാതെ നോക്കേണ്ടതു നമ്മളാണ്. കുഞ്ഞുങ്ങളോടൊപ്പം ഇരിക്കുന്ന സമയത്തു ഫോണിൽ ഇടപെടുമ്പോൾ അതിൽ അവരേയും ഉൾപ്പെടുത്താനാകുന്നു എന്ന് ഉറപ്പ് വരുത്തുക.

ചെറിയ കുഞ്ഞുങ്ങൾ മൊബൈലുമായി ചങ്ങാത്തത്തിലാകുന്നതിനു കാരണം മാതാപിതാക്കളാണ്. മുൻപ് ടി.വി.യിലെ കാർട്ടൂണുകൾ കണ്ട് കുഞ്ഞുങ്ങൾ അടങ്ങിയിരിക്കുന്നതുപോലെ, കൂടുതൽ സവിശേഷതകളുള്ള മൊബൈലിനോടു കുട്ടികൾക്കു പ്രത്യേക ഇഷ്ടം തോന്നുക സ്വാഭാവികം. ഒരു തവണ കണ്ട കാർട്ടൂൺ വീണ്ടും വീണ്ടും കാണാൻ യൂട്യൂബിൽ തടസ്സമേതുമില്ല. മുതിർന്ന ഒരു വ്യക്തി എങ്ങനെയൊരു ലഹരിക്ക് അടിപ്പെടുന്നോ അത്രത്തോളം സ്വാഭാവികമായാണ് കുട്ടി ഒരു യൂട്യൂബ് പരിപാടിയിലേക്ക് ആകർഷിക്കപ്പെടുന്നത്. അമ്മയുടെ ശ്രദ്ധ കിട്ടുന്നില്ല എന്നു തോന്നുന്ന സമയത്തു കുഞ്ഞിന്റെ കൈയിൽ നൽകുന്ന മൊബൈലിലെ ഒരു പാട്ടിലോ കാർട്ടൂൺ കഥയിലോ കുഞ്ഞിന്റെ കണ്ണുടക്കുന്നു എന്നു കരുതുക. കുഞ്ഞിന്റെ തലച്ചോറിലേക്ക് ഡോപാമിൻ പ്രവാഹം സംഭവിക്കുന്നു. നാലഞ്ചു ദിവസങ്ങൾ ഇതു തുടരുന്നു. ഇപ്പോൾ കുഞ്ഞിന് കുറച്ചുകൂടി അധികം സമയം, തന്നെ കൂടുതലായി ആനന്ദിപ്പിക്കുന്ന ആ കളിപ്പാട്ടം കിട്ടാൻ ആഗ്രഹം തോ

ന്നും. അതിനാൽ മെല്ലെ, അതു കിട്ടാൻവേണ്ടി വാശി തുടങ്ങും. ഇനി എല്ലാ ദിവസവും കുഞ്ഞിന്റെ കൈയിൽ മൊബൈൽ നൽകാൻ തുടങ്ങിയെന്നു കരുതുക. വീട്ടിനകത്തും പുറത്തും ഓടിനടന്നും കുസൃതികാണിച്ചും നടക്കേണ്ടതിനുപകരം അവൻ മൊബൈൽ എന്ന കളിപ്പാട്ടം നൽകുന്ന സന്തോഷമാകും ആഗ്രഹിക്കുക. അച്ഛനും അമ്മയും ഈ ഘട്ടത്തിലും കുഞ്ഞിനു സംഭവിക്കുന്ന അപകടത്തെക്കുറിച്ചു ബോധവാന്മാരാകുന്നില്ലെന്നു കരുതുക.

അടുത്ത ഘട്ടം കുഞ്ഞിന്റെ ശ്രദ്ധ പൂർണ്ണമായും മൊബൈലിലേക്കു മാത്രമായി കേന്ദ്രീകരിക്കപ്പെടും. ഇനി അച്ഛനും അമ്മയും പോലും കുഞ്ഞിന് അനിവാര്യമല്ല എന്ന തോന്നലിൽ അവനെത്തും, ഒറ്റ ഡിമാന്റ് മാത്രമേ ഉണ്ടാകൂ, മൊബൈൽ സദാ അടുത്തു വേണം. ഇനി കുഞ്ഞിൽ നിന്നും മൊബൈൽ വാങ്ങിവെയ്ക്കാൻ ശ്രമിച്ചുനോക്കൂ, കുട്ടി ഏതൊക്കെ രീതിയിൽ പ്രതികരിക്കാമോ അങ്ങനെയൊക്കെ പ്രതിഷേധിക്കും. ഒരു രീതിയിലും അവനെ സമാധാനിപ്പിക്കാനാകില്ല. മൊബൈൽ കൈയിൽ കൊടുത്താൽ അടുത്ത നിമിഷം ശാന്തനാകും. കുഞ്ഞിനെ ഈ അവസ്ഥയിലേക്കു നയിച്ചതു മാതാപിതാക്കളുടെ അറിവില്ലായ്മയാണ്.

അണുകുടുംബത്തിൽ പിറക്കുന്ന കുഞ്ഞിനെ ശ്രദ്ധിക്കാൻ ധാരാളം പേർ ഉണ്ടാകില്ല. അച്ഛനും അമ്മയും ജോലിക്കു പോകുന്നവർകൂടി ആണെങ്കിൽ വിഷമകരമാകും സംഗതി. അപ്പോൾ പകൽ കുഞ്ഞിനെ നോക്കാൻ ഏൽപ്പിക്കുന്നവർ മൊബൈൽ കുഞ്ഞിനു നൽകുന്നില്ലെന്ന് ഉറപ്പു വരുത്തണം. രണ്ടു വയസ്സിൽ താഴെയുള്ള കുട്ടികൾക്ക് ഒരു കാരണവശാലും മൊബൈൽ കളിക്കാനായി നൽകരുത്. പ്ലേസ്കൂളിൽ ഒക്കെ പോയിത്തുടങ്ങുന്ന കുട്ടികൾക്ക് അച്ഛനോ അമ്മയോ ഒപ്പമിരുന്ന് ഒരു മണിക്കൂറിൽ താഴെ സമയം പാട്ടോ കഥകളോ ഒക്കെ കേൾപ്പിക്കാം. പാട്ടുകൾക്കൊപ്പം കൂടെ പാടാം, അങ്ങനെമാത്രം മൊബൈലുമായി ഇടപെടാൻ അനുവദിക്കുക. സ്ക്രീനിൽ കണ്ണുനട്ടിരിക്കുന്നതു പരമാവധി കുറച്ച്, വീടിനകത്തോ, പുറത്തോ, പാർക്കിലോ ബീച്ചിലോ ഒക്കെ കളിക്കാൻ അനുവദിക്കുക. ഓടിക്കളിക്കേണ്ട പ്രായമാണ്, മൊബൈൽ സ്ക്രീനിൽ കണ്ണുനട്ടിരുന്നു തീർക്കേണ്ട പ്രായമല്ല.

ഇനി ഏറ്റവും പ്രധാനമായ കാര്യം, കുട്ടികൾക്കു മാതൃക അച്ഛനമ്മമാരാണ് എന്നതാണ്. കുഞ്ഞുങ്ങളുടെ മുന്നിൽവെച്ച് സ്വന്തം മൊബൈൽ ഉപയോഗം അച്ഛനമ്മമാർ കുറയ്ക്കുക. വീട്ടിൽ മറ്റ് അംഗങ്ങൾക്കൊപ്പം സംസാരിക്കാനും ഇടപ്പെടാനും എപ്പോഴും

സമയം കണ്ടെത്തുക. ചെറിയ കുഞ്ഞുങ്ങളുടെ കാര്യത്തിൽ, കാര്യങ്ങൾ കൈവിട്ടുപോകാതെ നിയന്ത്രിക്കാനെളുപ്പം സാധിക്കും.

കുഞ്ഞുങ്ങളിൽ മൊബൈൽ അഡിക്ഷൻ ഉണ്ടെന്നു ശ്രദ്ധിച്ചാൽ പിന്നെ വൈകരുത്, എത്രയും വേഗം പരിഹരിക്കണം.

○○

അധ്യായം 4
പഠനവും മൊബൈൽ അഡിക്ഷനും

'ലോകത്തിൽ രണ്ടേ രണ്ടു ഉൽപ്പന്നങ്ങളാണ് അതിന്റെ ഉപഭോക്താക്കളെ യൂസേഴ്സ് എന്നു വിളിക്കുന്നത്, അതിൽ ഒന്ന് ലഹരി മരുന്നുകളാണ് രണ്ടാമത്തേതാകട്ടെ മൊബൈൽ ഫോണുകളും ആപ്പുകളുമാണ്'

ഇനി വേണം നാം തുടങ്ങാൻ. പഠനത്തെ മൊബൈൽ ഫോൺ എത്രമാത്രം കാർന്നുതിന്നുന്നുവെന്ന് തിരിച്ചറിയണം. തിരിച്ചു വരണം പഠനത്തിലേക്ക്. പഠനം എന്നത് ഇക്കാലത്ത് മൊബൈൽ ഫോണുമായി വളരെയധികം ബന്ധപ്പെട്ടിരിക്കുന്ന ഒന്നാണ്. ഓൺലൈൻ പഠനം സാർവ്വത്രികമായപ്പോൾ മൊബൈൽ മാറ്റിവച്ചു പഠിക്കൂ എന്ന് പറയുന്ന അവസ്ഥ മാറി. പക്ഷേ, കുട്ടികളെ സംബന്ധിച്ച് ഏറ്റവും വേഗത്തിൽ പഠനത്തിൽ നിന്നും ശ്രദ്ധമാറാൻ ഇതു കാരണമാകുകയും ചെയ്യുന്നു.

ഒരു ഉദാഹരണം നോക്കാം.

അമ്മു അഞ്ചാം ക്ലാസ്സിലാണ്. വാട്സ്ആപ്പിൽ ക്ലാസ്ടീച്ചർ നൽകുന്ന നോട്സുകൾ എഴുതിയെടുക്കുകയും, ടെസ്റ്റ്പേപ്പറിന്റെ ചോദ്യങ്ങൾക്ക് ഉത്തരമെഴുതുകയും വേണം. സ്വാഭാവികമായും അമ്മയുടെ ഫോണിലെ വാട്സ് ആപ്പ് ആണ് അമ്മു ഉപയോഗിക്കുന്നത്.

അമ്മയുടെ ആ ഫോണിൽ അമ്മുവിന്റെ സ്ക്കൂളിലെ കുട്ടികളുടെ ഗ്രൂപ്പുണ്ട്. അതിൽ കുട്ടികളുടെ അമ്മമാരും ടീച്ചറും തമ്മിൽ ചാറ്റ് ചെയ്യാറുണ്ട്. സ്വാഭാവികമായും അമ്മുവിന് അവളുടെ കൂട്ടുകാരുടെ നമ്പർ അറിയാം. അതിലൂടെ അവൾ അവരുമായി ചാറ്റ് ചെയ്യാറുണ്ട്. ക്രമേണ ചാറ്റ് ചെയ്യുന്നതിൽ കുട്ടികൾ ഒരു രസം കണ്ടെത്തും. അപ്പോഴാണ് യൂട്യൂബിലേക്കു ശ്രദ്ധ തിരിയുക,

പിന്നെ അതായി രസം. ഇതെല്ലാം പഠിക്കേണ്ട സമയത്താവും നടക്കുക. കാരണം, അപ്പോഴാണല്ലോ ഫോൺ കൈയിൽ കിട്ടുക. ഫലം എന്താവും? നമുക്ക് ഊഹിക്കാം അത്. ഇനി ഹൈസ്ക്കൂൾക്ലാസിലെ ഒരു വിദ്യാർത്ഥിയുടെ കഥ നോക്കാം.

വിപിൻ പത്തിലാണ്. ക്ലാസ്സുകൾ, ട്യൂഷനുകൾ, നോട്സുകൾ അങ്ങനെ പലതും ഓൺലൈനിലാണ്. അവന്റെ പഠനസൗകര്യത്തിനായി ഒരു സ്മാർട്ട് ഫോൺ തന്നെ അച്ഛനവനു വാങ്ങിനൽകി. വിപിൻ മിടുക്കനാണ്. പഠിക്കാൻ താൽപ്പര്യവുമുണ്ട്. ഒരു ദിവസം ഒരു കൂട്ടുകാരനാണ് വളരെ രസകരമായ ഒരു ഗെയിം അവനു പരിചയപ്പെടുത്തികൊടുത്തത്. ആദ്യദിവസം മടിച്ചു മടിച്ചാണ് ഗെയിമിൽ അവൻ സമയം ചിലവിട്ടത്. പിന്നെ, ഏറെസമയവും വിപിൻ ഫോണിലായി. വിപിൻ ഗെയിമിന്റെ പിടിയിലാണ് എന്ന് അവന്റെ അച്ഛൻ തിരിച്ചറിയുന്നത് രാത്രി വൈകി പോലീസ്സ്റ്റേഷനിൽ നിന്നും വന്ന ഒരു ഫോൺ കോളിലൂടെയാണ്.

സാധാരണ ഗെയിമുകൾ വിട്ട് അസാധാരണ ഗെയിമുകൾക്കു പിന്നാലെ, അജ്ഞാതരായ ചിലരുടെ നിർദ്ദേശാനുസരണം ജീവിക്കുന്ന അവസ്ഥയിലെത്തിയിരുന്നു ആ മിടുക്കനായ വിദ്യാർത്ഥി. ഇനിയുള്ളത് ഒരു കോളേജ് വിദ്യാർത്ഥിയുടെ അനുഭവമാണ്. പഠനത്തിനു സ്വഭാവികമായും ഓൺലൈൻ ആയിരിക്കേണ്ടത് ആവശ്യമുള്ള കോഴ്സ് ആണ്. ധാരാളം അസൈൻമെന്റുകൾ എഴുതിത്തയ്യാറാക്കണം. അതിനായി ഗ്രൂപ്പുകൾ ഉണ്ട് വാട്സ്ആപ്പിൽ. പലപ്പോഴും ഗ്രൂപ്പിൽ പഠനത്തിനപ്പുറമുള്ള കാര്യങ്ങൾ ചർച്ചയിൽ വന്നു. ചിലപ്പോൾ ചർച്ചകൾ വഴിതെറ്റി, അതിൽ രാഷ്ട്രീയം കടന്നു വന്നു. ക്രമേണ മറ്റു വിഷയങ്ങളും. സ്വഭാവികമായി ശ്രദ്ധ പഠനത്തിൽ നിന്നും വഴിമാറി സഞ്ചരിച്ചുതുടങ്ങി. സെമസ്റ്റർ എക്സാം വന്നപ്പോൾ നാലു വിഷയങ്ങളിൽ ഒറ്റയക്ക മാർക്കു നേടിയപ്പോഴാണ് അവൻ തനിക്കു പറ്റിയ അമളി തിരിച്ചറിയുന്നത്.

ഇനി ചോദിക്കട്ടെ, ഇതൊക്കെ ഒഴിവാക്കാൻ സാധിക്കുമായിരുന്ന തോൽവികൾ അല്ലേ? പലപ്പോഴും മേൽപ്പറഞ്ഞവയിൽ നിന്നും വളരെ മോശമായ അനുഭവം നേരിടേണ്ടി വരുന്ന അനുഭവങ്ങളും നമുക്കുചുറ്റുമുണ്ട്. ഒന്നു പറയാം, മൊബൈൽഫോൺ പൂർണ്ണമായും ഒഴിവാക്കിക്കൊണ്ട് ഇനി വിദ്യാഭ്യാസം സാധ്യമല്ല. വിദ്യാഭ്യാസം എന്നല്ല, ജീവിതത്തിന്റെ സമസ്തമേഖലകളിലും ഇന്നു മൊബൈൽഫോൺ ആവശ്യമായി വന്നിരിക്കുന്നു. ബാങ്കിങ്, മറ്റ് ഗവൺമെന്റ് സേവനങ്ങൾ അങ്ങനെ ഒരോ ദിവസവും കാര്യങ്ങൾ

കൂടുതൽ ഓൺലൈൻ ആകുമ്പോൾ അതൊഴിവാക്കി ജീവിക്കാനാകില്ല. പക്ഷേ, എങ്ങനെ അത് നല്ല രീതിയിൽ ഉപയോഗിക്കാം എന്നു നോക്കാം.

ഹൈസ്ക്കൂൾ ക്ലാസ് വരെയുള്ള കുട്ടികളുടെ മൊബൈൽ അഡിക്ഷനു മാതാപിതാക്കളാണ് ഉത്തരവാദികൾ. അവരുടെ സാന്നിദ്ധ്യത്തിൽ മാത്രമേ കുട്ടികൾക്കു മൊബൈൽ ഉപയോഗിക്കാൻ അനുവാദം നൽകാവൂ. ആവശ്യമില്ലാത്ത എല്ലാ ആപ്പുകളും ലോക്ക് ചെയ്തതിന് ശേഷം മാത്രം കുട്ടികൾക്കു നൽകുക. അച്ഛനും അമ്മയും നോക്കുന്ന സൈറ്റുകളുടെ ഹിസ്റ്ററി ഡിലീറ്റ് ചെയ്തുമാത്രം കുട്ടികൾക്കു ഫോൺ നൽകുക. ഇന്റർനെറ്റ് സെർച്ച് ചെയ്യുമ്പോൾ ഒരു കാരണവശാലും ഒറ്റക്ക് കുട്ടിയെ വിടാതിരിക്കുക. എങ്ങനെവന്നാലും അമ്മയുടെ അല്ലെങ്കിൽ അച്ഛന്റെ ഒരു കണ്ണ് തന്റെ പുറത്തുണ്ട് എന്ന തോന്നലുണ്ടെങ്കിൽ കൂടുതൽ സമയം അതിൽ ഇടപെടാൻ കുട്ടിക്കു തോന്നില്ല.

പഠനാവശ്യത്തിനാണെങ്കിൽപോലും കുട്ടി ഒരു മണിക്കൂറിൽ അധികം മൊബൈൽ ഉപയോഗിക്കുന്നില്ല എന്ന് ഉറപ്പു വരുത്തണം. ഇനി നോട്ട്സ്, ചോദ്യപ്പേപ്പർ തുടങ്ങിയവയാണെങ്കിൽ അത് വാട്സ്ആപ്പിൽ നിന്നും മെയിലിലേക്കു സെൻഡ് ചെയ്ത്, അതിന്റെ പ്രിന്റ് എടുത്തു കുട്ടിക്കു നൽകുക. സ്ക്രീനിൽ നോക്കിയിരിക്കുന്നതു കുറയ്ക്കാൻ അതു സഹായിക്കും.

ഇനി ഹൈസ്ക്കൂൾ ക്ലാസ്സുകാരാണെങ്കിൽ അല്പംകൂടി കൂടുതൽ കാര്യങ്ങൾ, അതായത് ഓൺലൈൻ ട്യൂഷൻ പോലുള്ളവ ഉണ്ടാകും. അപ്പോഴും മുതിർന്നവരുടെ ശ്രദ്ധ അനിവാര്യമാണ്. അത്തരം ക്ലാസുകളിൽ ക്യാമറ ഓണാക്കി വയ്ക്കാൻ നിർബന്ധിക്കണം.

ക്യാമറ ഓഫാണെങ്കിൽ മറ്റ് ആപ്പുകളിലേക്കു മാറാൻ അവർക്ക് എളുപ്പമാണ്. അക്കാര്യത്തിൽ ശ്രദ്ധ വേണം. അടുത്തത് ഒരു കാരണവശാലും ഉറങ്ങുന്ന സമയത്ത് ഫോൺ സ്വന്തം മുറിയിൽ അനുവദിക്കാതിരിക്കുക. ഫോൺ അച്ഛനമ്മമാരുടെ മുറിയിൽ ചാർജ് ചെയ്യാനിടട്ടെ, അതിലെ ആപ്പുകൾ പരിശോധിക്കാനും ആവശ്യമില്ലാത്തത് ഉടനടി മാറ്റാനും ശ്രദ്ധിക്കണം.

കൗമാരം എന്നാൽ വളർച്ചയുടെ ഘട്ടമാണ്. പ്രതിഷേധങ്ങളുടെ കാലം. അവർ ഫോണിനായി വഴക്കിടും. അത് അഡിക്ഷന്റെ ഒരു തെളിവാണ്. അവർ ക്ഷോഭിക്കുകയും, സാധനങ്ങൾ പൊട്ടിക്കുകയും ഒക്കെ ചെയ്യുന്നുവെങ്കിൽ ഒരു ചൈൽഡ് സൈക്കോള

ജിസ്റ്റിനെ കാണാൻ വൈകണ്ട. മാതാപിതാക്കളുടെ സ്റ്റാൻഡ് വളരെ പ്രധാനമാണിവിടെ. അവർ എന്തെങ്കിലുമാകട്ടെ എന്നു ചിന്തിച്ചാൽ വഴിതെറ്റിപ്പോയ കുട്ടികളെ തിരിച്ചുപിടിക്കാൻപ്രയാസമാകും. മൊബൈൽ അഡിക്ഷൻ പലപ്പോഴും പല കുറ്റകൃത്യങ്ങളുടേയും ആരംഭമാണ്.

അവിടെനിന്നു ലഹരിയിലേക്കു വലിയ ദൂരമില്ലെന്നുകൂടി നാം തിരിച്ചറിയണം. ഇനി കോളേജുതലത്തിൽ എത്തിയവരുടെ കാര്യത്തിൽ വീട്ടുകാർക്കു വലിയ റോളില്ല. അവനവൻ വിചാരിക്കണം. ജീവിതം എങ്ങനെ മുന്നോട്ടു കൊണ്ടുപോകണമെന്നത് അവനവന്റെ ബാധ്യതയും ഉത്തരവാദിത്വവുമാണ്.

എങ്ങനെയാണ് മൊബൈലിനെ നമുക്കാവശ്യമുള്ള വിധത്തിൽ ഉപയോഗിക്കാൻ സാധിക്കുക? അതിനായി അഡിക്ഷനു സാധ്യതയുള്ള കാര്യങ്ങളിൽ നിന്നും വിട്ടു നിൽക്കാനുള്ള കാര്യങ്ങൾ ആദ്യം ചെയ്യണം.

1. മൊബൈൽ ആപ്പുകൾ, ഫേസ്ബുക്ക്, ഇൻസ്റ്റ എന്നിവയൊക്കെ ഉപയോക്താക്കളെ എങ്ങനെ കൂടുതൽ സമയം അവരുടെ ആപ്പിൽ പിടിച്ചിരുത്താം എന്ന ഗവേഷണത്തിലാണ്. നിറങ്ങളെ അവർ നന്നായി ഉപയോഗിക്കുന്നു. അതിനാൽ നിങ്ങൾ ഒരു വിദ്യാർത്ഥിയോ, വിദ്യാർത്ഥിയുടെ രക്ഷാകർത്താവോ ആണെങ്കിൽ, ഫോൺ സ്ക്രീൻ ബ്ലാക്ക് ആന്റ് വൈറ്റിൽ ആക്കുക. നിറങ്ങൾ വലിയ പ്രലോഭനമാണ്. അത് ഒഴിവാകുമ്പോൾ ആകർഷണം കുറയും.

2. ഫോണിൽ ആപ്പുകൾ എത്രനേരം ഉപയോഗിക്കുന്നു എന്നത് ട്രാക്ക് ചെയ്യുക. സ്വയം ഒരു വിലയിരുത്തൽ നടത്താൻ ഇതു സഹായിക്കും.

3. നമ്മൾ എപ്പോഴും ബിസിനസ് ആവശ്യങ്ങൾക്കുള്ള ഫോൺ വരുന്ന ഒരാളല്ലെങ്കിൽ, ദിവസത്തിൽ ഒറ്റത്തവണ മാത്രമേ ചാർജ്ജു ചെയ്യൂ എന്നു നിശ്ചയിക്കുക. അതുവഴി ഉപയോഗം നിയന്ത്രിക്കാനാവും. കൂടുതൽ സമയം അനാവശ്യ ചാറ്റിലിരുന്നു ഡാറ്റ തീർത്താലും പിന്നിടു ചാർജ്ജു ചെയ്യില്ല എന്നു നിശ്ചയിച്ചാൽ അനാവശ്യമായി സമയം കളയുന്നതു സ്വയമേ കുറയും.

4. സ്വാഭാവികമായും നോട്ടിഫിക്കേഷനുകൾ ആണിനി. അവ ഓഫാക്കി വയ്ക്കുക. ഓരോ തവണയും കിളി ചിലയ്ക്കാതിരുന്നാൽ പല മെസേജുകളും നോക്കാൻ വേണ്ടി മാത്രം ഫോൺ എടുക്കുന്നതു കുറയും.

5. ഇതു പ്രധാനപ്പെട്ട ഒന്നാണ്. ഫോൺ എന്തിനാണ്? കോൾ

ചെയ്യാൻ. അതിന് എത്ര ആപ്പുകൾ വേണം? നമ്മൾ ഇപ്പോൾ കോൾ ചെയ്യാനും മെസേജ് ചെയ്യാനും മാത്രം എത്രമാത്ര ആപ്പുകൾ ഉപയോഗിക്കുന്നുണ്ടെന്നോ. സാധാരണയായി ഉപയോഗിക്കുന്ന ഫോണിലെ കോളിങ് ഫെസിലിറ്റി, പിന്നെ വാട്സ്ആപ്പ് കോൾ, മെസഞ്ചർ കോൾ, ബോട്ടിം... അങ്ങനെ എത്രവിധം! ഒന്നു തീരുമാനിക്കുക, ഒരൊറ്റ വിധത്തിൽ മാത്രമേ താൻ ഫോൺ എടുക്കുകയോ സംസാരിക്കുകയോ ചെയ്യൂ എന്ന്. ഇതും പല ആപ്പുകൾ കയറിയിറങ്ങുന്ന ശീലം ഇല്ലാതാക്കും.

6. ആരാധനാലയത്തിനുള്ളിൽ നമ്മൾ ചെരുപ്പ് ഉപയോഗിക്കാത്തതുപോലെ പഠനമുറിയിൽ ഫോൺ വേണ്ട. പഠനത്തിന് ടെക്സ്റ്റ് ബുക്കുകളുമായി മാറി ഇരിക്കുക. കൈയിൽ നോട്ട്ബുക്കും പേനയും മതി. പഠിക്കുന്ന മുറിയിൽ ലാപ്ടോപ്പോ ഫോണോ ആവശ്യമുള്ളപക്ഷം, അതിലെ മറ്റ് ആപ്പുകൾ താൽക്കാലികമായി ഡീആക്ടിവേറ്റ് ചെയ്തശേഷം പഠിക്കാനിരിക്കുക. സൈലന്റിൽ ഇടുക. പഠിക്കുക.

ഇനി ഇതൊക്കെപ്പറയുമ്പോഴും നമ്മൾ അറിയേണ്ട പ്രധാനകാര്യം നമുക്ക് ജാഗ്രത ഉണ്ടാവുക എന്നതിലാണ്. തീരെച്ചെറിയ കുഞ്ഞുങ്ങളെ മാറ്റിനിർത്തി മറ്റെല്ലാവരിലും, നാം സ്വയം എന്താകണം എന്നൊരു ചിന്ത ഉണ്ടാകും. നമ്മളെ ലക്ഷ്യത്തിൽ നിന്നും അകറ്റുന്നത് ഏതാണോ അക്കാര്യത്തിനെക്കുറിച്ച് സദാ ജാഗരൂകരാകണം. അതായത്, വീട്ടിൽ വിലപിടിപ്പുള്ള വസ്തു ഉണ്ടെങ്കിൽ സദാ കള്ളന്മാരെക്കുറിച്ചു നമുക്കു ചിന്തയുണ്ടാകും.

അതുപോലെ നമ്മുടെ കൈയിലെ ഏറ്റവും വിലപിടിച്ച സമയത്തെക്കുറിച്ച് ബോധമുണ്ടെങ്കിൽ അതു കട്ടെടുക്കാൻ വരുന്ന ഏതൊന്നിനേയും അകറ്റിനിർത്താൻ നമുക്കു സാധിക്കും. അതു ഫോൺ ആകട്ടെ മറ്റെന്തുമാകട്ടെ. ഒരു മനുഷ്യൻ ശരാശരി ഏതാണ്ട് അഞ്ചു മണിക്കൂർ 27 മിനിട്ട് ഫോണിൽ സമയം കളയുന്നു എന്നാണു കണക്കുകൾ. നമ്മൾ ഏതൊരു ലക്ഷ്യം വയ്ക്കുമ്പോഴും ആ ലക്ഷ്യത്തിൽനിന്നും നമ്മളെ അകറ്റുന്നത് ഈ ഫോൺ അഡിക്ഷനാണ്. ഒരു സ്ക്കൂൾകുട്ടി അതു സ്വയം തിരിച്ചറിയുന്നതിലും പ്രാധാന്യമുണ്ട് ഒരു കോളേജ് വിദ്യാർത്ഥി അതു തിരിച്ചറിയാതെ പോയാൽ. പഠനത്തിനിടയിൽ ഓരോ നിമിഷവും നമ്മളെ ഫോണിലേക്ക് ആകർഷിക്കും വിധമാണ് അഡിക്ഷൻ സംഭവിക്കുന്നത്. സദാ നമുക്ക് ഫോണിൽ നോക്കാൻ തോന്നും.

ഇതിന്റെയൊക്കെ ഫലം എന്താണെന്നോ പഠിക്കാനിരിക്കു

മ്പോൾ അല്ലെങ്കിൽ ജോലി ചെയ്യാനിരിക്കുമ്പോൾ ശ്രദ്ധ നിൽക്കില്ല. രണ്ടുമിനിറ്റു കഴിയുമ്പോൾ ബോറടിക്കാൻ തുടങ്ങും. മടുപ്പ് ആയി, മതി എന്നുപറഞ്ഞ് ഉപേക്ഷിക്കാനാവും തിടുക്കം.

എങ്ങനെയാണു ശ്രദ്ധ കേന്ദ്രീകരിക്കുക? എളുപ്പവഴി, ആദ്യം വേണ്ടത് ഏതു കാര്യം ചെയ്യുമ്പോഴും അതുമാത്രം ചെയ്യുക. അതായത് വഴിമാറിപ്പോകുന്ന ശ്രദ്ധയെ പിടികൂടുകയാണല്ലോ വേണ്ടത്. അതിനായിവേണ്ടത് ഒരു കാര്യത്തിൽ മാത്രം ഒരു സമയം ശ്രദ്ധ കേന്ദ്രീകരിക്കുക എന്നതാണ്. ഭക്ഷണം കഴിക്കുമ്പോൾ ടി വി കണ്ടുകൊണ്ടു ഭക്ഷണം കഴിക്കാതെ ഭക്ഷണത്തിൽ മാത്രം ശ്രദ്ധിച്ചു ഭക്ഷണം കഴിക്കുക. അതുകഴിഞ്ഞു പഠിക്കാനിരിക്കുമ്പോൾ മറ്റ് അത്യാവശ്യങ്ങൾ ഇല്ലെങ്കിൽ ഫോൺ ഓഫാക്കി മറ്റൊരു മുറിയിൽ വച്ചശേഷം പഠിക്കാനിരിക്കുക.

ഇനി പഠിക്കാൻ തുടങ്ങുമ്പോൾ എല്ലാ വിഷയങ്ങളും ഒന്നിച്ച് എടുക്കരുത്. ഏതെങ്കിലും ഒരു വിഷയം മാത്രം എടുക്കുക. ആ ഒരു വിഷയത്തിൽ ധാരാളം ചാപ്റ്ററുകൾ ഉണ്ടാവും, അതിൽ ഏതാണെന്ന് നിശ്ചയിച്ച്, അതുമാത്രം മുന്നിൽവെച്ചു വായിക്കുക. തീർച്ചയായും നോട്ട്ബുക്ക് ഉണ്ടാകണം കൈയിൽ. എപ്പോൾ ശ്രദ്ധ തെറ്റുന്നുവോ, മറ്റു ചിന്തകൾ കടന്നു വരുന്നുവോ അപ്പോൾ ഒരു വെള്ളപ്പേപ്പറിൽ ആ ചിന്ത എന്തെന്ന് എഴുതുക.

വീണ്ടും പാഠത്തിലേക്കു വരുക. ആദ്യം വെറും അഞ്ചുമിനിട്ട് മാത്രം ഈ രീതിയിൽ പ്രാക്ടീസ് ചെയ്യുക. ഒരാഴ്ച സമയം എടുത്തശേഷം അതു പത്തു മിനിറ്റിൽ എത്തിക്കുക. മെല്ലെ, അത് ഒരു മണിക്കൂർ ആക്കുക. ക്രമേണ ഒരു ദിവസം രണ്ടു സമയങ്ങളിലായി ഓരോ മണിക്കൂർ കണ്ടെത്തുക. ഇതൊരു പ്രാക്ടീസ് ആണ്. ഒരു മാസം കൊണ്ടു മനസ്സ് നമ്മുടെ കൂടെ നിൽക്കും. ശ്രദ്ധയോടെയുള്ള പഠനം ജീവിതത്തിന്റെ അടിത്തറയാണ്. അതിനാൽത്തന്നെ മൊബൈൽ അഡിക്ഷനിൽ നിന്നും പുറത്തു കടക്കേണ്ടതും നമ്മുടെ തന്നെ ഉത്തരവാദിത്വമാണ്.

○○

അധ്യായം 5
സ്മാർട്ട് ഫോൺ അഡിക്ഷൻ സൃഷ്ടിക്കുന്ന പ്രശ്നങ്ങൾ

ഒരു കഥ പറയാം.

മക്കളേയും കൊച്ചുമക്കളേയും കാത്തിരിക്കുന്ന ഒരമ്മൂമ്മയുടെ കഥയാണ്. മക്കൾ വിദേശത്താണ്. സ്വാഭാവികമായും കൊച്ചുമക്കളും അവിടെത്തന്നെ. എന്നും അമ്മൂമ്മ മകനോടും മകളോടും വീഡിയോകോളിൽ സംസാരിക്കാറുണ്ട്. അതുകൊണ്ടുതന്നെ അവർക്കു നാട്ടിൽ വരാൻ വലിയ തിടുക്കമൊന്നും തോന്നാറില്ല. അമ്മയെ എന്നും കാണുന്നു. പിന്നെന്താണ് തിരക്ക് എന്നൊരു മട്ട്. കൊച്ചുമക്കൾ ഇപ്പോൾ തീരെ കുഞ്ഞുങ്ങളല്ല. ചെറിയ കുട്ടികളായിരിക്കുമ്പോൾ അവർ എന്നും അമ്മമ്മേ എന്നുപറഞ്ഞ് ഓടിവരികയും ഹായ് പറയുകയും പതിവായിരുന്നു.

അവരിപ്പോൾ കൗമാരത്തിലേക്കു കടന്നിരിക്കുന്നു. ഇപ്പോൾ അവർ അത്തരം വീഡിയോകോളുകളിൽ തല കാണിക്കാറില്ല. അഥവാ നിർബന്ധിച്ചാലോ, ഒന്നുവന്ന് ഹായ് പറഞ്ഞ് മടങ്ങും. മുഖത്തു പഴയ പ്രസരിപ്പില്ല. അമ്മൂമ്മ തിരിച്ചറിഞ്ഞു, തന്റെ മക്കൾ വൃദ്ധരാകുന്നു. കൊച്ചുമക്കൾ യുവാക്കളും. ഇനിയാണ് ട്വിസ്റ്റ്. ഒരിക്കൽ അമ്മൂമ്മയുടെ മകൻ അമ്മയോടു സങ്കടം പറഞ്ഞു, ഏകമകൾ തന്നോടു മിണ്ടുന്നില്ല എന്ന്. അവൾ സദാ ഫോണിലാണെന്ന്, ഉണ്ണുമ്പോഴും ഉറങ്ങുമ്പോഴും എന്തിന് ടോയ്‌ലറ്റിൽ പോകുമ്പോൾപോലും ഫോൺ കൈയിൽ കരുതുന്നുവെന്ന്. അവൾ തല ഉയർത്തി നോക്കുന്നത് സെൽഫി എടുക്കാനാണെന്ന്. ആവശ്യത്തിനു പണം ബാങ്ക് അക്കൗണ്ടിൽ നൽകുക മാത്രമേ അച്ഛനെന്ന നിലയിൽ താൻ ചെയ്യേണ്ടതുള്ളൂ എന്ന്. ഫോൺ വയ്ക്കുമ്പോൾ മകൻ കരയുന്നുണ്ടായിരുന്നു. അധികം വൈകാതെ ആ അമ്മൂമ്മയുടെ മകളും തന്റെ മകന്റെ വിചിത്രമായജീവിതത്തെക്കുറിച്ചു

പറഞ്ഞുകരഞ്ഞു. കൊച്ചുമക്കൾ വളരുന്നതു രണ്ടു ഭൂഖണ്ഡങ്ങളിലാണ്, എന്നിട്ടും അവരുടെ പെരുമാറ്റം ആണിനും പെണ്ണിനും ഒരുപോലെ. ചില ഹോളിവുഡ് സിനിമകളിലെ സോംമ്പികളെപ്പോലെ മസ്തിഷ്കം മറ്റാർക്കോ പണയപ്പെടുത്തിയ തീർത്തും യാന്ത്രികമായി ജീവിക്കുന്ന ഒരു കൂട്ടം മനുഷ്യർ.

കഥയിലെ ആ അമ്മുമ്മ അന്നുരാത്രി മകൻ നൽകിയ ഫോൺ എറിഞ്ഞുടച്ചു!

കഥ വിടാം, ഇനി കാര്യത്തിലേക്ക്. മൊബൈൽ അഡിക്ഷൻ മനുഷ്യരെ മൊബൈൽ സോംബികൾ അഥവ മൊസോംബികൾ ആക്കുന്നുണ്ടോ? ഉണ്ട് എന്നതാണു യാഥാർത്ഥ്യം. രാവിലെ ഉണർന്നെഴുന്നേറ്റാൽ ആദ്യം ചെയ്യുക മൊബൈലിൽ എന്തൊക്കെ സംഭവിച്ചു എന്ന് നോക്കലാണ്. പിന്നെ തീർത്തും അലസമായി, വാട്സ് ആപ്പ്, ഇൻസ്റ്റ, ഫേസ് ബുക്ക്, ടെലഗ്രാം, ഷെയർ ചാറ്റ്, യൂട്യൂബ്... എന്താ പറയുന്നത് ഇതത്രയും നോക്കിത്തീരാൻ സമയം വേണ്ടേ? വേണം. പക്ഷേ, പല്ലു തേക്കേണ്ടേ? പ്രാഥമികകൃത്യങ്ങൾ ചെയ്യേണ്ടേ? കുളിക്കേണ്ടേ?

ശരിയാണ്. കുളിയിൽ ഒഴികെ മറ്റു കാര്യങ്ങളിൽ ഇയർഫോൺ വഴി കാര്യങ്ങൾ കേൾക്കാൻ പറ്റും. അതേന്നേ, ഫോണിൽ നിന്നും കണ്ണെടുത്താൽ എന്താവും സംഭവിക്കുക! ഇനി ഭക്ഷണം, അതു കഴിക്കുന്നതു കൊണ്ടെന്താ ഇടതു കൈയ്യിൽ മൊബൈൽ ഭദ്രം. ഡ്രൈവിങ്ങിൽ...? അതു പോലീസ് കാണാതിരുന്നാൽ മതി. ക്ലാസ്സിൽ അല്ലെങ്കിൽ ഓഫീസിൽ ആരും കാണാതെ ഗെയിം കളിച്ചാൽ, ചാറ്റിയാൽ എന്താ പ്രശ്നം? എല്ലാം കഴിഞ്ഞു രാത്രി ഒരു റെസ്റ്റ് വേണ്ടേ? ഹേയ് കണ്ണടഞ്ഞുതൂങ്ങുമ്പോൾ ഒരു റീൽ കാണണം, രസമാണ്. സമയം പോകുന്നതറിയില്ല. ഒരു മണി, രണ്ടു മണി, മൂന്നു മണി... നശിച്ച ഉറക്കം....

അങ്ങനെ മൊബൈലിന് അല്പം റസ്റ്റ്!

ഇതൊരു സാങ്കൽപ്പിക കഥയല്ല. ഏറ്റക്കുറച്ചിലോടെ സംഭവിച്ചു കൊണ്ടിരിക്കുന്ന കാര്യമാണ്. ഈ പ്രശ്നം വീടിനെ ബാധിക്കുന്നു, അതുവഴി സമൂഹത്തെ ബാധിക്കുന്നു. വീട്ടിൽ മറുപടി പറയാത്ത വ്യക്തി ഓഫീസിലും അതേ പെരുമാറ്റം കാണിക്കും. അതു തുടർന്നാൽ ജോലി നഷ്ടമാകും. അതായതു കുടുംബത്തിനും സമൂഹത്തിനും പ്രയാസം സൃഷ്ടിക്കുന്നു. ഇനി ഇതെന്തുകൊണ്ട് എന്നുകൂടി നോക്കണം. തലച്ചോറിന്റെ ഒരു സ്വഭാവമുണ്ട്, രസകരമായ, സുഖകരമായ അവസ്ഥയിൽ തുടർന്നുപോകാൻ അതാഗ്ര

ഹിക്കുന്നു. മദ്യം തന്നെ എടുക്കാം, അത് ഒരു ലാഘവത്വം നൽകുന്നു. ആദ്യതവണ നൽകിയ അതേ അളവു വീണ്ടും നൽകിയാൽ ആദ്യം ലഭിച്ച അതേ സുഖം പക്ഷേ, അനുഭവപ്പെടുന്നില്ല. അപ്പോൾ അതിന്റെ അളവു കൂട്ടി. ഓരോ തവണയും ഇതുതന്നെ സംഭവിക്കുന്നു. കൂടുതൽ വേണം എന്ന ചിന്തക്ക് അനുസരിച്ചു മദ്യം നൽകുകയാണ്. ഒടുവിൽ ബോധം നഷ്ടമാകുന്നു.

ഈ വ്യക്തിയെ നയിക്കുന്നത് തലച്ചോറിലെ ഒരു ന്യൂറോ ട്രാൻസ്മിറ്റർ ആയ ഡോപമിൻ ആണ്. അതായത്തു, കൂടുതൽ തരൂ എന്ന ഒരു സൈറൺ പോലെയാണ് ഇത് പ്രവർത്തിക്കുന്നത്. അതേപോലെ ഒരാഴ്ച പിന്നിട്ടാൽ അയാൾ മദ്യത്തിന് അഡിക്ടായി. ഇതുതന്നെ ലഹരിമരുന്നുകളിലും സംഭവിക്കുന്നു. അതുതന്നെയാണ് മൊബൈലിലെ വിവിധ ഇന്ററാക്ടീവ് പ്ലാറ്റ്ഫോമുകളും ചെയ്യുന്നത്, ഫേസ്ബുക്ക് ആയാലും ചാറ്റിങ്ങ് ആപ്പുകൾ ആയാലും. അതിൽ തുടരുമ്പോൾ ലഭിക്കുന്ന രസം, അതു തുടർന്നും ലഭിക്കാൻ കൂടുതൽ സമയം ഓൺലൈനാവുക. ഈ പുസ്തകം തയ്യാറാക്കാൻ പ്രേരിപ്പിച്ചത് ഒന്നുരണ്ടു മരണവാർത്തകളാണ്. ആദ്യത്തേത് വിദ്യാർത്ഥികളുടെ ജീവനൊടുക്കലുകൾ ആയിരുന്നുവെങ്കിൽ ഇതെഴുതുമ്പോൾ കൂടുതൽനടുക്കുന്നത് വിവാഹത്തിനു കരുതി വച്ച സ്വർണം പോലുമെടുത്ത് പണയം വച്ച് ഗെയിം കളിച്ച ഒരു യുവതിയുടെ ആത്മഹത്യയാണ്.

അപകടമാണ് എന്നറിഞ്ഞിട്ടും തടുക്കാനാകാത്ത ആസക്തി അവരുടെ മരണകാരണമായി. ഇനി ചിലർ ഭേദപ്പെട്ട ജോലിയിലിരിക്കെ മോഷ്ടാക്കളായി. ഇതൊക്കെ ഗുരുതരമായ സാമൂഹിക പ്രത്യാഘാതങ്ങൾ കാട്ടിത്തരുന്നു. ഇതിൽ സംഭവിക്കുന്ന ഒരു പ്രധാന കാര്യം, സോഷ്യൽ മീഡിയ സൃഷ്ടിക്കുന്ന അനാവശ്യമായതും അപകടകരമായതുമായ സെൽഫ് ഇമേജ് ആണ്. ഉദാഹരണത്തിന് ഒരു ഫോട്ടോ ഇൻസ്റ്റയിലോ എഫ് ബി യിലോ പോസ്റ്റ് ചെയ്തു എന്നു കരുതുക. മിനിറ്റുകൾ കൊണ്ട് അതു ധാരാളം പേർ കാണുകയും കമന്റ് ചെയ്യുകയും ചെയ്തു കഴിഞ്ഞു. എന്നാലും അതിലൊരു ചെറിയ തൃപ്തിക്കുറവുണ്ട്, കൂട്ടുകാരുടെ അത്രയും വന്നിട്ടില്ല, അപ്പോൾ അതിനായി കാക്കണം. ഓരോ മിനിറ്റിലും ആകാംക്ഷയാണ്. അപ്പോൾ നോട്ടിഫിക്കേഷൻ ഇല്ലാതെ തന്നെ വെറുതേ എടുത്തു സ്ക്രോൾ ചെയ്യും. അപ്പോൾ ഒരു പോസ്റ്റ് കാണുന്നു. അതിനു മറുപടിയും ലൈക്കും കൊടുത്തു. തന്റേതു ആരെങ്കിലും കണ്ടോ? ആകാംക്ഷ വർദ്ധിക്കുന്നു. അടുത്ത ചിത്രം

കൂടുതൽ വെറൈറ്റി വേണം. എത്ര കുട്ടികളും യുവാക്കളുമാണ് സെൽഫി എടുക്കാൻ ഇലക്ട്രിക് ട്രെയിനിന്റെ മുകളിൽ വലിഞ്ഞുകയറി കരിഞ്ഞുവീണത്? പുഴവക്കിലും കടൽഭിത്തിയിലും നിന്നു ഫോട്ടോ എടുക്കവേ വീണു മരിച്ചവരെത്ര! എന്തിന്? കൂടുതൽ ലൈക്കു കിട്ടാൻ, അവളുടെ ശ്രദ്ധ ലഭിക്കാൻ. എന്നിട്ട് ലൈക്ക് കൂടുതൽ കിട്ടിയപ്പോൾ സന്തോഷം തോന്നിയോ? ഇല്ല, പൂർണ്ണ തൃപ്തിയല്ല. കൂടുതൽ ലൈക്ക്, കൂടുതൽ കമന്റ്... അസംതൃപ്തിയാണു പുകയുന്നത്. ഇത് സർവ്വനാശത്തിലേക്ക് നയിച്ചേക്കാം.

ഇനി പെൺകുട്ടികളിൽ, യുവതികളിൽ, മധ്യവയസ്കകളിൽ ഒക്കെ സെൽഫിഭ്രമം ഒട്ടും കുറവല്ല. സ്വന്തം ചിത്രം എത്രത്തോളം പേരെ ആകർഷിക്കുന്നു എന്നതാണു പൊങ്ങച്ചത്തിന്റെ നിദാനം. ആ ചിത്രങ്ങൾ പിന്നീട് ഏതു തരത്തിൽ ഉപദ്രവമാകുമെന്നും അതു മാനഹാനിക്കുവരെ കാരണമായേക്കുമെന്നു മാത്രം പറഞ്ഞു നിർത്താം. ഇത്തരത്തിൽ മൊബൈൽഫോണിന്റെ കൺട്രോൾ സ്വന്തം കൈയിൽ നിന്നും നഷ്ടമായാൽ അതിന്റെ ഭവിഷ്യത്ത് പ്രവചനാതീതമാകും. നിശ്ചയമായും മൊബൈൽഫോൺ ആധുനിക മനുഷ്യന് ഒഴിച്ചുകൂടാനാകാത്തതാണ്. പക്ഷേ, അതിന്റെ ശ്രദ്ധാപൂർവ്വമായ ഉപയോഗം ഏറ്റവും പ്രധാനമാണ്.

○○

അധ്യായം 6

മൊബൈൽ: ഏകാഗ്രത തിരിച്ചുപിടിക്കാൻ പോംവഴികൾ

മൊബൈൽ കൊണ്ടുണ്ടാകുന്ന പ്രശ്നങ്ങളെക്കുറിച്ചു പറഞ്ഞുകഴിഞ്ഞു. എന്നാൽ എങ്ങനെയാണ് നിരന്തരം ഏകാഗ്രതയില്ലാത്ത അവസ്ഥയിലൂടെ കടന്നുപോകുന്ന ഒരാൾ ഏകാഗ്രതയിലേക്കു മടങ്ങുക? അതിനു ചില മാർഗങ്ങൾ കണ്ടെത്തിയേ പറ്റൂ. അതേക്കുറിച്ചാണ് ഈ അദ്ധ്യായം.

ഏകാഗ്രതയില്ലായ്മ ജീവിതത്തിന്റെ ഏതു ഘട്ടത്തിലും പ്രതിസന്ധി സൃഷ്ടിക്കും. കാരണം ഏതൊരു പ്രവർത്തിക്കും ഏകാഗ്രത അവശ്യം വേണ്ടതുണ്ട്. ഒരു വീട്ടമ്മയുടെ ജീവിതത്തിൽ അടുക്കും ചിട്ടയുമായി പ്രവർത്തിക്കാൻ ഏകാഗ്രത വേണം. ഭക്ഷണം ഉണ്ടാക്കാക്കുമ്പോൾ അതിൽ ചേർക്കുന്ന ചേരുവകൾ കൃത്യമാകണമല്ലോ. കറിയിൽ രണ്ടുവട്ടം ഉപ്പിട്ടുപോയാലോ, ചായയിൽ മധുരമിടാൻ മറന്നാലോ ഒക്കെ അതു കുടുംബത്തിൽ അതൃപ്തി വളർത്തും. എന്നാൽ ഇതിനേക്കാൾ ഗുരുതരമാവുക ഓഫീസ് വർക്കുകളിലും, വിദ്യാർത്ഥികളുടെ പഠനകാര്യത്തിലുമാകും. മൊബൈൽ അല്ലെങ്കിൽ അതിലെ പലവിധ സോഷ്യൽ മീഡിയ ആപ്പുകൾ നിരന്തരം, ഇതിലേക്കു നോക്കൂ, എന്നു നമ്മുടെ ശ്രദ്ധയെ ആകർഷിക്കുകയാണ്. അതുപോലെ മൊബൈൽ ഗെയിമുകൾ ചുറ്റുപാടിനെ മറന്ന് മറ്റൊരു ലോകത്തു മുഴുകാൻ പ്രേരിപ്പിക്കുകയും ചെയ്യുന്നു. ഈ സാഹചര്യത്തിൽ എങ്ങനെയാണ് പൊയ്പ്പോയ ഏകാഗ്രത വീണ്ടെടുക്കുക?

സലിൽ ഡിഗ്രി വിദ്യാർത്ഥിയാണ്. സെമസ്റ്റർ സിസ്റ്റമായതിനാൽ തന്നെ എപ്പോഴും അസൈൻമെൻറ്സും, ടെസ്റ്റ് പേപ്പറുകളും ഒക്കെച്ചേർന്ന് വളരെ ടൈറ്റായ ഒരു ഷെഡ്യൂളാണ് നിലവിൽ അയാൾ പിന്തുടരുന്നത്. അതിനിടയിലാണ് കൊറോണ കടന്നുവന്നതും ക്ലാസ്സുകൾ പൊടുന്നനെ ഓൺലൈനിലേക്കു മാറിയതും.

അത്രകാലംവരെ സ്വന്തമായി ഫോൺ ഇല്ലാതിരുന്ന അയാളുടെ കൈയിലേക്ക് എല്ലാ ഫീച്ചറുകളും ഉള്ളൊരു ആൻഡ്രോയിഡ് ഫോൺ എത്തി. അതുവരെ മറ്റുള്ളവരുടെ കൈയിൽ മാത്രം ഉണ്ടായിരുന്ന ഒന്ന് ഇപ്പോൾ തനിക്കും സ്വന്തമായി കിട്ടിയിരിക്കുന്നു. കിട്ടിയ ഉടനേ തന്നെ എല്ലാ സോഷ്യൽ മീഡിയ പ്ലാറ്റ്ഫോമുകളും ഇൻസ്റ്റാൾ ചെയ്തു.

അതോടെ പുതിയ ലോകം ഉദിച്ചു. പക്ഷേ, പഴയ ലോകത്തു താളപ്പിഴകൾ തുടങ്ങി. വെറും ഒരു മാസം കൊണ്ട് കൂട്ടുകാർ വർദ്ധിച്ചു. അപരിചിതർ ചിരപരിചിതരെപ്പോലെ ജീവിതത്തിന്റെ സ്വകാര്യതകളിലേക്കു കടന്നുവന്നു. പണ്ട് രാത്രി പതിനൊന്നിനു കിടക്കുകയും അഞ്ചരയ്ക്ക് ഉണർന്ന് പഠിക്കുകയും ചെയ്തിരുന്നത് രാത്രി വൈകി വൈകി പുലർച്ചെ അറിയാതെ ഉറങ്ങിപ്പോകുന്ന അവസ്ഥയിലായി. പഠിക്കണമെന്നുണ്ട്. പക്ഷേ ഒന്നും അങ്ങോട്ട് നടക്കുന്നില്ല എന്നായി. അസൈൻമെൻറുകൾ തീരാതെയായി, അധ്യാപകർ കോപിച്ചുതുടങ്ങി. ആകെ പ്രതിസന്ധിയായി. ഈ ഘട്ടത്തിൽ എന്താണ് സലിലിന്റെ യഥാർത്ഥ പ്രശ്നം എന്നു കണ്ടെത്താൻ അവന്റെ അച്ഛൻ നിശ്ചയിച്ചു. ഒരു രാത്രിയിലെ നിരീക്ഷണത്തിൽത്തന്നെ ഉറക്കമില്ലായ്മയുടെ കാരണം കണ്ടെത്തി. ഇനി വേണ്ടത് പരിഹാരമാണ്. ഉറക്കമില്ലായ്മക്കു മാത്രമല്ല പഠനത്തിലെ പ്രശ്നങ്ങൾക്കും പരിഹാരം വേണം. മകനുമായി അച്ഛൻ തുറന്നു സംസാരിച്ചു.

ഇവിടെ സലിലിനു മാറണം എന്ന ആഗ്രഹം ഉണ്ട്. പക്ഷേ, ഗെയിമുകൾ ആണ് പ്രധാന പ്രശ്നം, ഒട്ടും പിന്നിലല്ലാതെ ചാറ്റിങ് ആപ്പുകളും ഉണ്ട്. പഠിക്കാനിരിക്കുമ്പോൾ ഒന്നുകിൽ നോട്ടിഫിക്കേഷൻ വരും. വന്നില്ലെങ്കിൽ വന്നോ എന്നു നോക്കാൻ ഫോൺ എടുക്കും. അപ്പോൾ വെറുതേ ഒരു സെറ്റ് ഗെയിമിലേക്ക് കയറും, അതുപിന്നെ കൈവിട്ടു പോകും. അച്ഛനും മകനും തമ്മിലുണ്ടായ സംസാരത്തിന്റെ ഭാഗമായി അവർ ഒരു എഗ്രിമെന്റിലെത്തി. അതിൽ ആദ്യത്തെ ഒരാഴ്ച ഉറക്കം നേരായ വഴിക്ക് എത്തിക്കണം എന്നു നിശ്ചയിച്ചു. അതിനായി അന്നുമുതൽ പത്തുമണിക്ക് ഫോൺ അച്ഛനെ ഏൽപ്പിക്കാം എന്ന് ധാരണയായി. ഫോൺ സ്വിച്ച് ഓഫ് ചെയ്ത് മറ്റൊരു മുറിയിൽ വച്ചു പൂട്ടുകയാണ് ചെയ്തത്. ഇവിടെ സലിൽ അച്ഛനോടു നൂറു ശതമാനം സഹകരിക്കാം എന്ന് ഉറപ്പു നൽകി.10 മണിക്ക് ഫോൺ ഓഫാക്കി മാറ്റിയെങ്കിലും സലിനിന് ഉറങ്ങാനായില്ല. ഉറക്കം ഇല്ല എന്നു മാത്രമല്ല വല്ലാത്തൊരു അസ്വ

സ്ഥതയും ആരംഭിച്ചു, ദേഷ്യം വന്നുതുടങ്ങി. അച്ഛനും അമ്മയും അന്ന് അവന്റെ മുറിയിൽ കിടന്നു. അവന് ഉറക്കം വരാതായപ്പോൾ മൂന്നുപേരും ഉണർന്നിരുന്ന് പാട്ടുകൾ പാടി, പഴങ്കഥകൾ പറഞ്ഞു. ഏതായാലും രാത്രിയുടെ ഏതോ ഘട്ടത്തിൽ അവർ ഉറങ്ങി. ഒടുവിൽ ഒരാഴ്ചകൊണ്ട് പതിനൊന്നു മണിക്ക് ഉറങ്ങി, അഞ്ചരമണിക്ക് ഉണരാം എന്നായി.

ആ ഘട്ടത്തിൽ അടുത്ത പടിയിലേക്കു കടന്നു. ഇപ്പോൾ സലിലിന്റെ പ്രശ്നം ഒന്നും പഠിക്കാൻ സാധിക്കുന്നില്ല എന്നതാണ്. അതായത് പുസ്തകം മുന്നിലുണ്ടാകും. പക്ഷേ, ചിന്ത കറങ്ങിത്തിരിഞ്ഞ് മറ്റെവിടെങ്കിലും യാത്രയാകും. അതിനിടയിൽ പഠനാവശ്യത്തിനു ഫോൺ തൊട്ടാൽ അതുവരെ സംഭരിച്ച ശക്തിയൊക്കെപ്പോയി ഗെയിമിലേക്കും ചാറ്റിങ്ങിലേക്കും നീങ്ങും. ഈ പ്രശ്നത്തിനും പരിഹാരം വേണമല്ലോ. അച്ഛൻ ഒരു നിർദ്ദേശം മുന്നോട്ടുവച്ചു. മറ്റൊന്നുമല്ല,

ദിവസം 5 മിനിറ്റു മാത്രം പഠിക്കുക! അതുകേട്ട് സലിൽ അച്ഛൻ തന്നെ കളിയാക്കുകയാണോ എന്നു സംശയിച്ചു. പക്ഷേ, അച്ഛനത് കൃത്യമായി വിശദീകരിച്ചു. 5 മിനിറ്റ് മാത്രം മതി. 300 സെക്കന്റ് മാത്രം. പക്ഷേ, ആ സമയം അതുമാത്രം. അതു കഴിഞ്ഞ് എന്തും ചെയ്യാം. മകൻ സമ്മതിച്ചു. പക്ഷേ, അതിനു ചില മുന്നൊരുക്കങ്ങൾ വേണ്ടിയിരുന്നു. അതായതു സ്റ്റഡിടേബിളിൽ ഒരേ ഒരു വിഷയത്തിന്റെ ടെക്സ്റ്റ്, ഒരു നോട്ട്ബുക്ക്, പിന്നെ ഒരു വെള്ളപ്പേപ്പർ, ഹൈലറ്റർ, പെൻസിൽ, ടൈംപീസ് ഇത്രമാത്രം. മുറിയിൽ ടിവി, മാഗസിനുകൾ, ഫോൺ, അങ്ങനെ യാതൊന്നും ഇല്ല. സ്റ്റോപ്പ് വാച്ചിൽ 5 മിനിറ്റ് സെറ്റു ചെയ്തു പഠിക്കണം. പക്ഷേ, മനസ്സിൽ മറ്റെന്തെങ്കിലും ചിന്ത വന്നാൽ എന്തു ചെയ്യും? അതുടനെ വെള്ളപ്പേപ്പറിൽ എഴുതണം. ഏതായാലും ആദ്യത്തെ 5 മിനിറ്റ് പൂർത്തിയാക്കി. വെള്ളപ്പേപ്പർ അച്ഛൻ നോക്കി. ആദ്യത്തെ ഒരു മിനിറ്റിൽ തന്നെ ശ്രദ്ധ മാറിയിട്ടുണ്ട്. ‘അച്ഛാ പണി പാളുമോ?’ മകൻ അച്ഛനെ നോക്കി. പക്ഷേ അച്ഛന് ഒരു ഭാവമാറ്റവുമില്ല. ഇതുതന്നെയാണു മരുന്ന്. ഒരാഴ്ചവെറും 5 മിനിറ്റ് മാത്രം പഠനം. ഇതിൽ ഓരോ ദിവസവും പുരോഗതിയുണ്ട്. ക്രമേണ ഒരു മാസം കൊണ്ട് അഞ്ചു മിനിറ്റ് 20 മിനിറ്റിൽ എത്തിച്ചു. മതി. ഇരുപതു മിനിറ്റിൽ ഒന്നുരണ്ടു വട്ടമൊക്കെ മറ്റു ചിന്ത കടന്നുവരും. വന്നോട്ടെ, വരണമല്ലോ, അതു സ്വാഭാവികമാണ്. പക്ഷേ, ആ ചിന്ത എഴുതും. അങ്ങനെ ചിന്തയെ അടയാളപ്പെടുത്തിത്തുടങ്ങിയപ്പോൾ ദിവാസ്വപ്നത്തിനു

മേലും, ഫോണിൽ എന്തു സംഭവിച്ചിരിക്കും എന്ന ചിന്തക്കും അറുതിയായി. രണ്ടുമാസം കൊണ്ട് ഏകാഗ്രത കൈവന്നു.

ഇനി മണിക്കൂറുകൾ വർദ്ധിപ്പിക്കാം. പക്ഷേ, ഒന്നുണ്ട്, ഫോൺ ആവശ്യങ്ങൾക്കു മാത്രമാക്കി. എല്ലാ അനാവശ്യ ആപ്പുകളും അൺ ഇൻസ്റ്റാൾ ചെയ്തു. ഒരേ ഒരു പ്ലാറ്റ്ഫോം പഠനാവശ്യത്തിനു തുറന്നുവച്ചു. അതിനും സമയക്രമം നിശ്ചയിച്ചു. ആഴ്ചയിൽ ഒരുദിവസം ഫോൺ ഉപവാസം നടത്തി, അതായത് അന്നേദിവസം ഇൻറർനെറ്റ് ഉപയോഗിക്കില്ല എന്നു നിശ്ചയിച്ചു. ഇത്രയും കൃത്യതയോടെ ചെയ്താൽ എന്താണു നമ്മളെ തടയുക? പഠനത്തിൽ ഒരു സുഖം കണ്ടെത്തിത്തുടങ്ങിയാൽ ഒരു വ്യക്തിയുടേയും സഹായം വേണ്ട മൊബൈൽ അഡിക്ഷനിൽ നിന്നും രക്ഷ നേടാൻ. സ്വന്തം ഇച്ഛാശക്തി മാത്രം മതി.

അതുപോലെ നഷ്ടമായ ഏകാഗ്രതയും അല്പം മനസ്സു വച്ചാൽ തിരിച്ചുപിടിക്കാം. ഇതിന്റെ അടിസ്ഥാനം എന്നുപറയുന്നത് വളരെ ലളിതമാണ്. നിരന്തരം നമ്മൾ ശ്രദ്ധയില്ലായ്മ ശീലിക്കുന്നു എന്നിരിക്കട്ടെ, അപ്പോൾ എന്താവും അന്തിമഫലം? ശ്രദ്ധയില്ലായ്മ തന്നെ. എന്നാൽ ഒരാൾ ശ്രദ്ധ ശീലിക്കാൻ ബോധപൂർവ്വം ശ്രമിച്ചാലോ, ശ്രദ്ധയിലേക്കു മടങ്ങി വരും. ഇതൊക്കെ പരിശീലനത്തിൽ നിന്നും അഥവാ ശീലത്തിൽ നിന്നും രൂപം കൊള്ളുന്നതാണ്. നമ്മളാണു നിശ്ചയിക്കുന്നത് എപ്രകാരമാണു ശീലത്തെ നയിക്കേണ്ടത് എന്ന്.

ഏകാഗ്രത വർദ്ധിപ്പിക്കാൻ സമീകൃത ആഹാരം, ഏഴു മുതൽ ഏഴര മണിക്കൂർ വരെ ഉറക്കം, വ്യായാമം, അല്പസമയം മനസ്സിനെ ഏതെങ്കിലും ഒരു പ്രവർത്തിയിൽ കേന്ദ്രീകരിച്ചിരിക്കൽ എന്നിവ സഹായിക്കും. ധ്യാനം എന്ന വാക്ക് മനപ്പൂർവ്വം ഉപയോഗിക്കാത്തതാണ്. ധ്യാനം എന്നു കേട്ടാൽ എനിക്കു സാധിക്കില്ല എന്ന മുൻവിധി വരാം. എന്താണോ ചെയ്യുന്നത് അതിൽ മാത്രം ശ്രദ്ധിക്കുക. അതാണു ധ്യാനം. അതല്ലെങ്കിൽ അതും ധ്യാനമാണ്. ജീവിതം നമ്മുടേതാണ്. വഴി തിരഞ്ഞെടുക്കുന്നതും നമ്മളാണ്. ആ ഉത്തരവാദിത്തബോധം ഉണ്ടായാൽ മതി ഏത് അഡിക്ഷനും മാറി നിൽക്കും.

അധ്യായം 7
സോഷ്യൽ മീഡിയയും മാനസികാരോഗ്യവും

ഫേസ്ബുക്ക്, ടിറ്റർ, ഇൻസ്റ്റ, യുട്യൂബ്, ടെലഗ്രാം, ഷെയർചാറ്റ്, വാട്സ് ആപ്പ്, തീർന്നില്ല ഇനിയും ധാരാളമുണ്ട് ആപ്പുകൾ സോഷ്യൽ മീഡിയ എന്ന പേരിൽ മനുഷ്യരെ 24 മണിക്കൂറും കണക്ട് ചെയ്തിരിക്കുന്നവയായി. ലോകത്തിന്റെ ഏതുഭാഗത്തെ കാര്യങ്ങളും നിമിഷനേരംകൊണ്ട് അറിയാം. വീടിനകത്ത് ആഞ്ഞൊന്നു തുമ്മിയാൽ, എന്തിനു കഞ്ഞിയിൽ ഉപ്പൊരല്പം കൂടിയാൽപ്പോലും നമ്മൾ അത് എഫ്ബിയിൽ ഷെയർ ചെയ്യും, ഇൻസ്റ്റയിൽ പോസ്റ്റും.

അടുത്തത്, വാട്സ് ആപ്പിൽ ഗ്രൂപ്പുകളുടെ തൃശ്ശൂർ പൂരമാണ്. കൂടെ പഠിച്ചവരുടെ ഗ്രൂപ്പ് എന്ന ആശയം, ഒന്നാം ക്ലാസ്സിൽ പഠിച്ചവരുടേയും രണ്ടാം ക്ലാസ്സിൽ ഒന്നിച്ചു പഠിച്ചവരുടേതുമായി പുരോഗമിച്ചു. ഒന്നിച്ചു യാത്ര ചെയ്യുന്ന ബസ്സ് യാത്രക്കാരുടെ, മീൻ വിൽക്കുന്നവരുടെ, പച്ചക്കറിക്കച്ചവടക്കാരുടെ എന്നുവേണ്ട ഒന്നിച്ചു തുമ്മിയവരുടെയും, ഒന്നിച്ചു സിനിമാടിക്കറ്റിനു ക്യൂ നിന്നവരുടേയും വരെ ഗ്രൂപ്പുണ്ട്. എല്ലാ ഗ്രൂപ്പിലും രാഷ്ട്രീയം പറയരുത് എന്നു നിയമമുണ്ടെങ്കിലും തുടങ്ങി നാലിന്റെ അന്നുമുതൽ രാഷ്ട്രീയം പറഞ്ഞുതുടങ്ങും. അതൊരു ഉഗ്രൻ അടിയിൽ എത്താനും, ചിലപ്പോൾ പോലീസ്കേസും, കൊലപാതകവും വരെ എത്താനും കാരണമാകും. ഇനി മറ്റു ചാറ്റിങ്ങ് ആപ്പുകളുടെ കാര്യമെടുത്താൽ, ചാറ്റിങ്ങുകൾ പൊതുവേ ചീറ്റിങ് ആണെന്ന അവസ്ഥയുമുണ്ട്. കൊലപാതകങ്ങൾ എത്രയെണ്ണമാണ് ഇത്തരത്തിൽ സംഭവിക്കുന്നത്.

ഈ അധ്യായത്തിൽ എങ്ങനെയാണ് സോഷ്യൽ മീഡിയ ഒരാളുടെ മാനസികനിലയെ സ്വാധീനിക്കുന്നതെന്നും അതുവഴി കടുത്ത വിഷാദത്തിലേക്കും ഉത്കണ്ഠയിലേക്കും അവരെ തള്ളിവിടു

ന്നത് എന്നുമാണ് പരിശോധിക്കുന്നത്.

എന്താണ് ഉത്കണ്ഠക്കു കാരണം?

പ്രധാനമായും ഒരാൾ ഇടുന്ന പോസ്റ്റുകൾ മറ്റുള്ളവർ ലൈക്കു ചെയ്യുകയും കമൻറു ചെയ്യുകയും ചെയ്യുമ്പോൾ ഉള്ളിലൊരു അനാവശ്യചിന്ത കടന്നു വരും, കൊള്ളാമല്ലോ സംഗതി, തീർത്തും അപരിചിതരായ ഒരു കൂട്ടം മനുഷ്യർ നമ്മളെ ആരാധിക്കുന്നു. ആ ചിന്തയിലാണു തുടക്കം. ലോകത്തിന്റെ ഏതു കോണിലുമാകട്ടെ, നമ്മുടെ ഭാഷ വായിക്കാനും എഴുതാനും അറിയുമോ അവരെ നമുക്കു സുഹൃത്താക്കാം.

എത്ര ഭാഷ അറിയുന്നോ അത്രയും ഭാഷ അറിയുന്നവരുമായി ചങ്ങാത്തം വയ്ക്കാം. നമുക്കറിയാത്തവരെ ഇത്തരം ആപ്പുകൾ നമ്മുടെ മുന്നിൽ കൊണ്ടുക്കാണിച്ചുതരും. അതു തിരഞ്ഞെടുക്കുകയേ വേണ്ടൂ. അവർ ഫ്രണ്ടായി. ഇനി ചാറ്റാം, പേജിൽ നമുക്ക് പറയാനുള്ളത് എഴുതാം, ചിത്രങ്ങൾ ഫോട്ടോകൾ തുടങ്ങിയവയിടാം. അങ്ങനെ ധാരാളം സാധ്യതകൾ. ആദ്യമൊക്കെ തീർത്തും അപരിചിതർ ലൈക്കടിക്കുമ്പോൾ തോന്നുന്ന സുഖം, അടുത്ത ഘട്ടത്തിൽ ലൈക്കിനും കമന്റിനും കുറവു വരുമ്പോൾ ദുഃഖമാകുന്നു. എനിക്കെന്താണു കുഴപ്പം? ഞാൻ പറഞ്ഞതാണു ശരി എന്നിങ്ങനെയുള്ള ചിന്തകൾ തലപൊക്കിത്തുടങ്ങുന്നു. ഒരു ഫോട്ടോയ്ക്കു കിട്ടുന്ന പിന്തുണ ഒരു എഴുത്തിനു കിട്ടില്ല. അപ്പോൾ നിരാശയായി, പിന്നെ പഴയതിനെ കവച്ചുവയ്ക്കുന്ന ഫോട്ടോകൾക്കായി മത്സരം, അതുണ്ടാക്കുന്ന ആകുലത. ഇതൊന്നും മറ്റാരും അറിയില്ല. ആരോടും പങ്കുവയ്ക്കാനും സാധിക്കില്ല. എങ്ങാനും കൂട്ടുകാരോടോ മറ്റോ പ്രശ്നം പറഞ്ഞു പോയാലോ, കളിയാക്കലാവും മിച്ചം.

ഇനി അടുത്ത പ്രശ്നം, തീരെ അറിയാത്ത മനുഷ്യർ പൊടുന്നനെ സ്നേഹിതരാകുമ്പോൾ അവർ നമ്മുടെ സ്വകാര്യ ജീവിതത്തിൽ അതിർവരമ്പുകൾ ഭേദിച്ചു കടന്നുവരുന്നതാണ്. അതു പലപ്പോഴും കുടുംബങ്ങൾ താറുമാറാകാൻ കാരണമാകുന്നു. അത്തരം ബന്ധങ്ങൾ പ്രണയ ബന്ധങ്ങളാകുമ്പോൾ അവ സൃഷ്ടിക്കുന്ന മാനസികസമ്മർദ്ദം വലുതാണ്. തുടർന്ന് ആ ബന്ധം ഇല്ലാതായാൽ ഉണ്ടാകുന്ന മാനസികാഘാതങ്ങൾ വേറെയും. ഇതുപോലെതന്നെയാണ് ഒരു പോസ്റ്റിട്ടു കഴിഞ്ഞാൽ വ്യക്തിഹത്യ നടത്തുന്ന മട്ടിലുള്ള കമന്റുകൾ പ്രവഹിക്കുന്നത്.

പലപ്പോഴും രാഷ്ട്രീയവും മതപരവുമായ വിഷങ്ങളിലാണ്

ഇത്തരം പ്രശ്നങ്ങൾ ഉണ്ടാകാറ്. അത്തരം ഘട്ടത്തിൽ പല വിധത്തിലുള്ള അപമാനങ്ങൾ നേരിടേണ്ടിവരാൻ സാധ്യതയുണ്ട്. ഇനി അവിടെ പക്ഷം പിടിക്കാൻ ആളുണ്ടെങ്കിൽ കാര്യങ്ങൾ കൈവിട്ടുപോവുകയും ചെയ്യും. സോഷ്യൽ മീഡിയയുടെ മറ്റൊരു അപകടം, കുട്ടികളെ, പ്രത്യേകിച്ചും കൗമാരക്കാരെ ലൈംഗികമായി ദുരുപയോഗം ചെയ്യുവാനുള്ള സാധ്യതയാണ്. അക്കാര്യത്തിൽ പ്രതിസ്ഥാനത്തു വരുന്നതു പലപ്പോഴും വളരെ വേണ്ടപ്പെട്ടവരാകും എന്നതാണു സത്യം.

ഇത്തരത്തിൽ പ്രശ്നങ്ങളിൽ അകപ്പെടുന്ന കുട്ടികൾ പഠനത്തിൽ പുറകോട്ടു പോവുകയും വീണ്ടുവിചാരമില്ലാതെ അപകടങ്ങളിൽ ചെന്നുചാടുകയും ചെയ്യുന്നുണ്ട്. പലതരത്തിൽ അക്രമാസക്തരായ ആളുകളെ പ്രകോപിപ്പിക്കാൻ സോഷ്യൽ മീഡിയ കാരണമാകും. വ്യാജവാർത്തകളും ചിത്രങ്ങളും സൃഷ്ടിക്കാനും അതു സമൂഹത്തിൽ പടർത്താനും സോഷ്യൽ മീഡിയക്കുള്ള കഴിവു മറ്റാർക്കുമില്ല.

സോഷ്യൽ മീഡിയ അഡിക്ഷൻ കൊണ്ടുണ്ടാകുന്ന മറ്റൊരു അപകടം ഓൺലൈൻ സാമ്പത്തിക ഇടപാടുകൾ ആണ്. ആപ്പുകളിൽ വരുന്ന പരസ്യങ്ങൾ യഥാർത്ഥമാണെന്നു വിശ്വസിച്ച്, അതിലെ ഇടപാടുകളിൽ, അവർ നിർദ്ദേശിക്കുന്ന ലിങ്കുകൾ വഴി കയറുന്നു. ഇനി അവരുടെ തീരുമാനമാകും നടപ്പാക്കുക. അവർ നമ്മുടെ മൊബൈലിലെ സർവ്വ വിവരങ്ങളും ഹാക്ക് ചെയ്യുകയും ആദ്യം ഒരു ചെറിയ തുക ലോൺ എന്ന പേരിൽ നൽകി വൻ ബാധ്യതയിലേക്കു തള്ളിവിടുകയും ചെയ്യുന്നു. അതിനായി ആ വ്യക്തിയുടെ എല്ലാ കോൺടാക്ട് ലിസ്റ്റിലേക്കും അപമാനിക്കുന്ന വിധത്തിലുള്ള മെസേജുകൾ അയക്കുകയും ചെയ്യുന്നു. ഇരകൾ സംഗതി കഴിയുന്നത്ര രഹസ്യമായി ഡീൽ ചെയ്യും എന്നറിഞ്ഞുകൊണ്ടു തന്നെയാകും ഇവർ കരുക്കൾ നീക്കുക. ഇത്തരം ഘട്ടത്തിൽ എത്രയും വേഗം കുടുംബാംഗങ്ങളേയും സുഹൃത്തുക്കളേയും കാര്യങ്ങൾ ധരിപ്പിക്കുകയും, സൈബർപോലീസിൽ പരാതിപ്പെടുകയും ഒപ്പം, സ്വന്തം ബാങ്കിലും രേഖാമൂലം കാര്യങ്ങൾ അറിയിക്കുകയും ചെയ്യണം.

ഒരാളെ വളരെ വിദഗ്ധമായി കുടുക്കുന്ന മറ്റൊരു കെണി മെസഞ്ചറിൽ ഒളിഞ്ഞിരിപ്പുണ്ട്. എഫ്ബി സുഹൃത്താവുക, അതും ഒരു യൂറോപ്യൻ വംശജനോ വംശജയോ ആയിട്ടാവും അവർ രംഗത്ത് എത്തുക. പരിചയപ്പെട്ടു രണ്ടാഴ്ചയ്ക്കുള്ളിൽ അവർ നമുക്കായി

വലിയൊരു സ്നേഹോപഹാരം അയക്കുകയാണ് എന്നറിയിക്കും. അതിൽ ലക്ഷങ്ങൾ വില പിടിപ്പുള്ള സാധനങ്ങളാവും ഉണ്ടാകുക എന്നാണു പറയുക. രണ്ടു ദിവസം കഴിഞ്ഞാൽ ഒരു മെസേജ് വരും കൊറിയർ ചാർജ് ആയി ഒരു വലിയ തുക നൽകണമെന്നാവും ആവശ്യം. അതു നമ്മളോടു കൊടുക്കാൻ സ്നേഹത്തോടെ ആവശ്യപ്പെടും. കൊടുത്താൽ അവിടെത്തീരും.അവർ ആ ഐഡി പൂട്ടിക്കെട്ടി അടുത്ത ഇരയ്ക്കായി വലവിരിക്കും. കൊടുത്തില്ലെങ്കിൽ സ്നേഹത്തോടെ നിർബന്ധിക്കും, പിന്നെ ഭീഷണിപ്പെടുത്തും, നടക്കുന്നില്ലെന്നു കണ്ടാൽ നമ്മളെ വിട്ടു പോകും. അടുത്ത ഇരയ്ക്കായി പുതിയ രൂപത്തിൽ പ്രത്യക്ഷപ്പെടും. ഇത്തരം ബന്ധങ്ങളെ വളരെ ആത്മാർത്ഥമായി സ്നേഹിച്ചു പോകുന്നവർക്കു പലപ്പോഴും ഈ ചതി വലിയ ഷോക്കാവും. അവർ കടുത്ത മാനസിക സംഘർഷത്തിലേക്കു പതിക്കും.

സോഷ്യൽ മീഡിയയിൽ പലവിധത്തിലുള്ള ഗ്രൂപ്പുകൾ ഉണ്ട്. ഒരു പട്ടണത്തിൽ ജീവിക്കുന്നവരുടെ, ഒരു സംസ്ഥാനം, ഒരു രാജ്യം എന്നുതുടങ്ങി ചെറുതും വലുതുമായ ഗ്രൂപ്പുകൾ. ഇവയുടെ പ്രശ്നം എന്താണെന്നു വച്ചാൽ അതിൽ ആ പ്രത്യേക ആശയവുമായി യാതൊരു ബന്ധമില്ലാത്തവരും മെമ്പറാകും എന്നതാണ്. ഗ്രൂപ്പിൽ ഷെയർ ചെയ്യുന്ന വ്യക്തിപരമായ വിഷയങ്ങൾ, ഫോട്ടോകൾ തുടങ്ങിയവ പിന്നീടു ദുരുപയോഗം ചെയ്യപ്പെടാം. അതുപോലെ പലരും അപരവ്യക്തിത്വങ്ങളായിട്ടാവും അതിൽ നിലകൊള്ളുക. അതായത് നമ്മൾ ഇടപെടുന്നത് ഒറിജിനലോ ഡ്യൂപ്ലിക്കേറ്റോ എന്നറിയാൻ യാതൊരുവഴിയും ഇല്ലാത്ത അവസ്ഥ. ഇതും നമ്മളെക്കുറിച്ചുള്ള വിവരങ്ങൾ അപരിചിതരിൽ എത്താൻ സഹായിക്കുന്ന കാര്യമാണ്. കൂടാതെ ഇത്തരം ഗ്രൂപ്പുകളിലെ ചർച്ചകൾ മിക്കപ്പോഴും സമയം കൊല്ലികളായിത്തീരുകയാണു പതിവ്.

നമ്മുടെ ഏറ്റവും ക്രിയാത്മകമായ സമയം സോഷ്യൽ മീഡിയയിൽ കളയുമ്പോൾ നഷ്ടമാകുന്നതു നമ്മുടെ ഏറ്റവും വിലപ്പെട്ട ധനമാണ് എന്നറിയുക. ഇനി ഏറ്റവും പ്രധാനപ്പെട്ട സംഗതി, സോഷ്യൽ മീഡിയയുടെ അമിതമായ ഉപഭോഗം നമ്മളെ ഏറ്റവും അതൃപ്തിയുള്ള വ്യക്തികളാക്കി മാറ്റുന്നു എന്നതാണ്. കുടുംബാംഗങ്ങളോടുള്ള അതൃപ്തി വിവാഹമോചനത്തിലും, എന്തിന് തീർത്തും അപക്വമായ ഒളിച്ചോട്ടങ്ങൾക്കും കാരണമാകുന്നു.

അച്ഛനും അമ്മയും തരുന്നതിലേറെ കെയർ നൽകുന്ന അപരിചിതനും അപരിചിതയും സൃഷ്ടിക്കുന്ന അപകടം ഊഹിക്കാമോ?

സ്വന്തം ഭർത്താവിനേക്കാൾ/ഭാര്യയേക്കാൾ ആകർഷണീയത മറ്റൊരാളിൽ കണ്ടെത്തി, സ്വന്തം ജീവിതം ഉപേക്ഷിച്ചിറങ്ങിയാൽ നഷ്ടമാകുക അവനവന്റെ ജീവിതമാണ്. ഭക്ഷണത്തിന്റെ വൈചിത്ര്യങ്ങൾ പരീക്ഷിച്ച് ഒടുവിൽ ലഭിക്കുന്ന ഒരു ഭക്ഷണത്തിലും തൃപ്തികിട്ടായ്ക പോലെ, ജീവിതത്തിൽ മൊത്തത്തിൽ തൃപ്തി ഇല്ലാതാകുമ്പോൾ, അതു ക്രമേണ മാനസികമായ തകർച്ചയിലേക്കും ആത്മഹത്യാ പ്രവണതയിലേക്കും നയിക്കും.

സോഷ്യൽ മീഡിയ ഒരു ഭ്രമലോകമാണ്, സൂക്ഷിച്ചുമാത്രം ഇടപെടേണ്ട ഇടം!

അധ്യായം 8
മൊബൈൽ ഫോൺ കൊണ്ടുള്ള ഗുണങ്ങൾ

കഴിഞ്ഞ അധ്യായങ്ങളിൽ മൊബൈൽ ഫോൺ കൊണ്ടുള്ള പ്രശ്നങ്ങളാണ് നമ്മൾ കണ്ടത്. ഈ അധ്യായം മൊബൈൽ ഫോൺ കൊണ്ടുള്ള ഗുണങ്ങളെക്കുറിച്ചാണു വിശദീകരിക്കുന്നത്. മൊബൈൽ ഫോൺ എന്നത് ഇന്ന് ഏതുസമയത്തും മനുഷ്യരെ തമ്മിൽ ബന്ധിപ്പിക്കുന്നു.

നേരിട്ടുകണ്ടുകൊണ്ടു സംസാരിക്കാം, എന്നത് വിവരസാങ്കേതികവിദ്യയിലെ ഏറ്റവും വലിയ മുന്നേറ്റവുമാണ്. ഇത്തരത്തിൽ മനുഷ്യരെ തമ്മിൽ ബന്ധിപ്പിക്കുന്നു എന്നതിനപ്പുറം മൊബൈൽ ടോർച്ചു മുതൽ കാൽക്കുലേറ്റർ വരെ, റേഡിയോ മുതൽ ക്യാമറ വരെ എത്രയെത്ര ഉപയോഗങ്ങൾ ഇന്ന് മൊബൈൽ എന്ന ചെറു ഉപകരണത്തിൽ നമ്മൾ സന്നിവേശിപ്പിച്ചിരിക്കുന്നു. വീട്ടിലിരുന്നു ഫോൺ ചെയ്താൽ ഭക്ഷണവും മരുന്നും വീട്ടുസാധനങ്ങളും വീട്ടിലെത്തുമെന്നായി.

ഓരോ ഉപയോഗത്തിനും പലവിധം ആപ്പുകൾ വന്നു. കാശിനു പകരം മൊബൈൽ കൈയിലുണ്ടെങ്കിൽ ധൈര്യമായി എവിടേയും സഞ്ചരിക്കാം. ഇങ്ങനെ ഒരു നൂറു കാരണങ്ങൾ ഉള്ളതുകൊണ്ടാണ് ഇന്നു മനുഷ്യർ മൊബൈൽ ഫോൺ എന്ന ഉപകരണം ശരീരത്തിലെ ഒരു അവയവം പോലെ കൂടെ കൊണ്ടുനടക്കുന്നത്. ഉപയോഗം കൃത്യമായി മനസ്സിലാക്കി ജാഗ്രതയോടെ ഉപയോഗിച്ചാൽ ജീവിതത്തിന്റെ അലകും പിടിയും മാറ്റിമറിക്കാൻ അതിനാകും എന്നത് ഉറപ്പാണ്.

മൊബൈൽ ഫോണിന്റെ, നമ്മുടെ ജീവിതവിജയത്തിനുതകുന്ന ഗുണങ്ങൾ എന്തൊക്കെയാണെന്നു പരിശോധിക്കാം.

പഠനം

കേൾക്കുമ്പോൾ നെറ്റിചുളിക്കാം, പഠനത്തിൽ മൊബൈൽ സൃഷ്ടിക്കുന്ന വെല്ലുവിളികളെക്കുറിച്ചു മുൻ അധ്യായങ്ങളിൽ വിവരിച്ചശേഷം, ഇപ്പോൾ പറയുന്നു പഠനത്തിന് മൊബൈൽ സഹായിക്കുമെന്ന്! അതെ, ഇതും സത്യമാണ്. ഒരുദാഹരണം നോക്കാം. ഒരു വിദ്യാർത്ഥി സയൻസ് പഠിക്കുന്നുവെന്നു കരുതുക, അതേക്കുറിച്ചു കൂടുതൽ അറിയാൻ മൊബൈലിൽ സെർച്ചു ചെയ്താൽ ആ വിഷയവുമായി ബന്ധപ്പെട്ട ധാരാളം കാര്യങ്ങൾ കണ്ടെത്താം. പ്രോജക്റ്റുകൾക്ക്, പ്രസന്റേഷനുകൾക്ക്, സെമിനാറുകൾക്ക്, പരീക്ഷയ്ക്ക് ടെക്സ്റ്റ്ബുക്കിനപ്പുറം ഒരു ആഴത്തിലുള്ള പഠനത്തിന് ഒക്കെ ഇവിടെ മൊബൈൽ രക്ഷകനാകും. ശരിയാണ്, ഇതേ കാര്യങ്ങൾ ലാപ്ടോപ്പിലും ലഭ്യമാണ്. പക്ഷേ, എല്ലായിപ്പോഴും ഒരു ഡസ്ക്ടോപ്പോ, ലാപ്പോ ഉപയോഗിക്കാൻ നമുക്കു സാധിച്ചുവെന്നു വരില്ല. അവിടെ വളരെ അനായാസമായി നമ്മുടെ ലക്ഷ്യത്തിലേക്കു സമയനഷ്ടം കൂടാതെ ചെന്നെത്താൻ മൊബൈൽ സഹായിക്കും. എന്നാൽ ഒന്നുണ്ടു കേട്ടോ, നമ്മൾ സെർച്ചു ചെയ്യുമ്പോൾ മനസ്സ് വഴിവിട്ടു സഞ്ചരിക്കരുത്. സെർച്ച് ചെയ്യുന്ന വിഷയത്തിൽ ഉറച്ചുനിന്നു കൂടുതൽ വായിക്കണമോ അതോ അതു പാതിയിൽ വിട്ട് ഏതെങ്കിലും കോമഡി ഷോയിലേക്കോ പാട്ടിലേക്കോ വീഡിയോയിലേക്കോ തെന്നിമാറണമോ എന്നതു നിശ്ചയിക്കുന്നത് അവനവനാണ്. ആ ബോധ്യവും ജാഗ്രതയും സദാ പഠന സംബന്ധിയായ ആവശ്യങ്ങൾക്കുവേണ്ടി സെർച്ചു ചെയ്യുമ്പോൾ മനസ്സിൽ ഉണ്ടായിരിക്കണം.

ജീവിതവിജയത്തിന്

അതെ, നമ്മൾ എപ്പോഴും പറയുന്നത് മൊബൈലിൽ കുത്തി ഇരുന്നോ, ജീവിതം ഗതിപിടിക്കില്ല എന്നല്ലേ? എന്നാൽ ഒരാളെ അപ്പാടെ മാറ്റിമറിക്കാൻ പറ്റുന്ന കാര്യങ്ങൾ മൊബൈലിൽ ഉണ്ട് എന്നുപറഞ്ഞാലോ? ഫിറ്റ്നസ് മനസ്സിനും വേണം ശരീരത്തിനും വേണം. ആ ഫിറ്റ്നസ് ഉണ്ടാക്കിയെടുക്കാൻ മൊബൈൽ കൊണ്ടു സാധിക്കും എന്നുപറഞ്ഞാൽ? നൂറുകണക്കിനു ഫിറ്റ്നസ് ആപ്പുകൾ ഇന്നുണ്ട്. ഒരു ദിവസം ആകെ നടന്ന ചുവടുകൾ, കുടിച്ചത് എത്ര ഗ്ലാസ്സ് വെള്ളം എന്നുതുടങ്ങി കഴിച്ച ഭക്ഷണത്തിലെ കാലറി, ഇനി എത്രകൂടി കഴിക്കാം, അല്ലെങ്കിൽ കഴിക്കരുത് ഇങ്ങനെ എത്രയെത്ര കാര്യകൾ മൊബൈൽ ഉപയോഗിച്ചു മാനേജ് ചെയ്യാം

എന്നറിയാമോ? ഫിറ്റ്നസ്സിനായി സൂംബ ഡാൻസ് മതിയോ? അതിനും ധാരാളം ക്ലാസ്സുകളുണ്ട്. മാത്രവുമല്ല മാനസികമായി ഒരു മോട്ടിവേഷന്റെ കുറവുണ്ടോ? എത്രയെത്രപേരാണ് നമ്മുടെ മനമറിഞ്ഞ പോലെ, അവരുടെ സംഭാഷണങ്ങൾ യൂട്യൂബിൽ അപ് ലോഡ് ചെയ്തിരിക്കുന്നത്! ദിവസവും അരമണിക്കൂർ ടൈം സെറ്റുചെയ്ത്, മനസ്സ് ഏകാഗ്രമാക്കി, കണ്ണടച്ച് അവരുടെ സംസാരത്തിൽ ശ്രദ്ധയർപ്പിച്ച് ഇരിക്കൂ. കുറേയേറെ നല്ല കാര്യങ്ങൾ അന്നുമുതൽ ജീവിതത്തിൽ സംഭവിച്ചുകൊള്ളും. അത് എന്തെങ്കിലും മാജിക് കൊണ്ടല്ല മറിച്ച് മനസ്സിൽ മാലിന്യങ്ങൾ, അതായത് അനാവശ്യചിന്തകൾ ഒഴിഞ്ഞാൽ നമ്മൾ നല്ലതു ചിന്തിക്കാനും പ്രവർത്തിക്കാനും തുടങ്ങും. നല്ലതു ചെയ്താൽ നല്ലതു തന്നെ തിരികെ ലഭിക്കും. അത്രമാത്രം. അവിടേയും ഒരു ചെറുസംഗതികൂടി സൂചിപ്പിക്കാതെ വയ്യ. എന്തു കാണുന്നുവെന്നതും കേൾക്കുന്നുവെന്നതും നമ്മളുടെ ചോയിസ് ആണ്. അവിടെ സ്വയം ഇളവുകൾ പ്രഖ്യാപിച്ചിട്ട് മൊബൈലിന്റെ കുഴപ്പമായി വ്യാഖ്യാനിച്ചാൽ പിന്നെ പറഞ്ഞിട്ടു കാര്യമുണ്ടാകില്ല.

കലാപഠനം

കോവിഡ് കാലം വരുത്തിയ വമ്പൻ മാറ്റങ്ങളിൽ ഒന്നാണത്. ഏതും പഠിക്കാം എന്തും പഠിക്കാം ഓൺലൈനിൽ. അതെ, ഓർഗൺ പഠിക്കണോ? അതിനായി എവിടേക്കും ഒരുങ്ങിയിറങ്ങിപ്പോകേണ്ടതില്ല. ഓർഗൺ വാങ്ങൂ, പറ്റിയ അധ്യാപകരെ കണ്ടെത്തൂ, ഫീസ് ഓൺലൈനായി നൽകിക്കൊണ്ടു പഠിച്ചോളൂ. അത്ര തന്നെ! അതുപോലെ പാട്ടും നൃത്തവും പഠിക്കാം. ഇനി ചിത്രരചനയാണോ ഇഷ്ടം? അതിനും ലോകമെമ്പാടുമുള്ള ചിത്രകലാ അധ്യാപകർ റെഡിയാണ്. അതുപോലെ ശില്പകലയാകട്ടെ... അങ്ങനെ എന്തും സാദ്ധ്യം. അവിടെ ശ്രദ്ധിക്കാൻ ഒന്നേയുള്ളൂ, ഫീസ് അടച്ചിട്ടു ക്ലാസ്സു കട്ടുചെയ്താൽ നഷ്ടം ടീച്ചർക്കല്ല എന്നുമാത്രം!

പാചകം - പഠനം, പരീക്ഷണം

വീട്ടുപാചകം ഇന്നൊരു പ്രശ്നമല്ലാതായിട്ടുണ്ട് ന്യൂജെൻസിന്. അവിയൽ വയ്ക്കണോ? തെക്കൻ വേണോ വടക്കൻ വേണോ? പുളി ഒഴിച്ചതോ തൈരൊഴിച്ചതോ ഏതുതരം അവിയലിന്റെ റസിപ്പിയും, ഉണ്ടാക്കുന്ന വീഡിയോയും റെഡിയാണ്. കാണുക, പഠിക്കുക, ഉണ്ടാക്കുക. അത്ര തന്നെ. ഇനി ബാർബക്യൂ അടുപ്പ് ഉണ്ടാ

ക്കാനാണോ തീരുമാനം? അതിനുള്ള വീഡിയോയും റെഡിയാണെന്നേ. അങ്ങനെ പറഞ്ഞാൽ കിണ്ണത്തപ്പം തൊട്ടു ഐസിംഗ് കേക്കു വരെ, ചോറുമുതൽ പായസം വരെ, ചിക്കൻ 65 മുതൽ ചീങ്കണ്ണി ഫ്രൈയുടെവരെ റസിപ്പി യൂട്യൂബിൽ കിട്ടും. പരീക്ഷിച്ച് പരീക്ഷിച്ച് പൊണ്ണത്തടി വരാതെ സൂക്ഷിക്കണമെന്നു മാത്രം!

പണം വാരാൻ ഒരു വഴി

ചെറുക്കൻ മൊബൈൽഗെയിം കളിച്ചു കാശുപൊട്ടിച്ചു എന്നുപറയുന്ന അതേ നാവുകൊണ്ട്, കണ്ടില്ലേ വെറും പത്തുവയസ്സുപോലുമില്ല യൂട്യൂബ് വഴി ലക്ഷപ്രഭു ആയതു കണ്ടില്ലേ പയ്യൻ എന്നു പറയുന്നതും നമ്മൾ തന്നെയാണ്. കോവിഡ് കാലത്തിന്റെ മറ്റൊരു മുന്നേറ്റമാണത്. പുത്തൻ കളിപ്പാട്ടങ്ങൾ അൺബോക്സ് ചെയ്യുന്ന പിള്ളേരുടെ വീഡിയോകൾ മുതൽ പാട്ടും ഡാൻസും അഭിനയവും ഒക്കെ യൂട്യൂബിൽ ഇട്ട് കാശുണ്ടാക്കിയവരും ഇന്നും അതിൽ മിന്നിച്ചുനിൽക്കുന്നവരും ധാരാളം. പക്ഷേ, അവിടെ ചിലതു ശ്രദ്ധിക്കാനുണ്ട്. എന്തും എങ്ങനെയും വീഡിയോ ആക്കാം എന്നു ചിന്തിക്കുന്ന ചിലർ പണമുണ്ടാക്കാനുള്ള എളുപ്പവഴിയായി യൂട്യൂബ് വീഡിയോ നിർമ്മിക്കാൻ ഇറങ്ങാറുണ്ട്. അതു പക്ഷേ, ധനനഷ്ടത്തിനും മാനഹാനിക്കും കാരണമാവുകയാണു ചെയ്യുക. ഒരു വീഡിയോ നിർമ്മിക്കുന്നതിനു വേണ്ട അടിസ്ഥാന അറിവുകൾ ഇല്ലാതെ, തയ്യാറെടുപ്പുകൾ ഇല്ലാതെ പണം മാത്രം ലക്ഷ്യമിട്ട് മുന്നോട്ടു നീങ്ങിയാൽ ചിലപ്പോൾ സ്വന്തം വ്യൂ മാത്രമേ കിട്ടാൻ സാധ്യതയുള്ളൂ. ഒരു ജോലിചെയ്യുന്നപോലെ സമയവും കൃത്യമായ പ്ലാനിങ്ങും ഉണ്ടെങ്കിൽ മാത്രമേ ആ വഴി വിജയിക്കൂ. ചുരുക്കത്തിൽ മൊബൈൽ ഫോൺ കൊണ്ട് അനവധി ഉപയോഗങ്ങൾ ഉണ്ടെന്നു സാരം. ഇനി ആധുനിക ജീവിതത്തിൽ മൊബൈലും സോഷ്യൽ മീഡിയയുമൊക്കെ മറ്റ് എന്തൊക്കെ ഗുണങ്ങൾ കൂടി ഉണ്ടാക്കുന്നു എന്നുനോക്കാം.

മാർക്കറ്റിങ്

ഇന്നത്തെ കമ്പോളവ്യവസ്ഥയിൽ എന്തും വിൽക്കേണ്ടതായി വരുന്നു. അത് തുണിത്തരങ്ങളാവാം, പലചരക്ക് ആവാം, സ്വന്തമായി ഉണ്ടാക്കിയ ഐസിങ് കേക്ക് ആകാം, ഗ്രാഫ്റ്റ് ചെയ്ത മാവിൻതൈ ആകാം. അങ്ങനെതുടങ്ങി വീട്ടിലിരിക്കുന്ന ഉപ്പിലിട്ട കാന്താരിമുളകുവരെ ആകാം. പക്ഷേ, ആ വിവരം അങ്ങ് ചെന്നൈയിലെ

ഒരു കസ്റ്റമറിനെ എങ്ങനെ അറിയിക്കാം?

അതിനാണ് ഓൺലൈൻ മാർക്കെറ്റിങ് തന്ത്രങ്ങൾ സഹായിക്കുക. സോഷ്യൽമീഡിയ വഴി എന്തും നമുക്ക് ലോകത്ത് എവിടെയുമുള്ള കസ്റ്റമറിലേക്ക് എത്തിക്കാനാകും. ഒരു പുതിയ ബ്രാൻഡ് രൂപം കൊള്ളുമ്പോൾ അതിൽ പരസ്യത്തിനു വലിയ സ്ഥാനമുണ്ട്. പക്ഷേ, നമ്മുടെ പരമ്പരാഗത പരസ്യയിടങ്ങളായ പത്രങ്ങളിലും മാസികകളിലും ടി വി ചാനലുകളിലും പരസ്യം ചെയ്യാൻ നല്ല ചിലവു വരും. എന്നാലോ നിങ്ങൾ ഒരു പുത്തൻ അച്ചാർരുചി കണ്ടെത്തിയെന്നിരിക്കട്ടെ, അതേക്കുറിച്ചുള്ള വിവരം, സമാനതാത്പര്യമുള്ളർക്കിടയിലെത്തിക്കാൻ ഫേസ്ബുക്കും ഇൻസ്റ്റയും ഒക്കെ സഹായിക്കും. നമ്മൾ പോലുമറിയാതെ ലോകത്തിന്റെ നാനാഭാഗങ്ങളിൽ ഉള്ളവരിലേക്കു പ്രോഡക്ടിന്റെ ഗുണങ്ങൾ എത്തിച്ചേരുന്നതു കാണാം.

ഓൺലൈൻ ട്യൂഷൻ ആപ്പുകൾ

ഇതും മൊബൈലിൽ ലഭ്യമാകുന്ന പഠനസഹായി ആണ്. ഏതു ക്ലാസ്സിൽ പഠിക്കുന്ന കുട്ടിക്കും ഓരോ വിഷയവും, അതിലെ ഓരോ അധ്യായവും അതാതു മേഖലയിലെ ക്വാളിഫൈഡ് ആയ അധ്യാപകർ വിശദീകരിക്കുകയാണു ചെയ്യുന്നത്. അതിനായി വിവരസാങ്കേതികവിദ്യയുടെ പുത്തൻ രീതികൾ സ്വീകരിക്കുകയും ചെയ്യുന്നുണ്ട്. ഇനി സ്ക്കൂളിൽ പഠിപ്പിച്ചതു മനസ്സിലായില്ലഎന്നു പറഞ്ഞ് ഉഴപ്പാൻ സാധിക്കില്ല. പക്ഷേ, കുട്ടിയുടെ ഭാവനാശേഷിയെ ഇത്തരം പഠനരീതി എന്തുമാത്രം ബാധിക്കുമെന്നതു കണ്ടറിയേണ്ട കാര്യമാണ്. ചുരുക്കത്തിൽ മൊബൈൽ ഫോൺ എന്നത് ഒരേസമയം നമ്മുടെ ജീവിതഭാരം ലഘൂകരിക്കുന്ന ഒരുപകരണവും അതേസമയം ഒരുവനെ നശിപ്പിക്കാനുതകുന്ന

ആയുധവുമാണ്. അതിനാൽ ഇതു കരുതലോടെ കൈകാര്യം ചെയ്യേണ്ടുന്ന ഒന്നാണെന്നു മനസിലാക്കണം. സൂക്ഷ്മതതോടെ ഉപയോഗിച്ചാൽ ജീവിതവിജയത്തിനും അലക്ഷ്യമായി ഉപയോഗിച്ചാൽ പരാജയത്തിനും കാരണമാകും ഇത്. വിവേകപൂർണ്ണമായ ഒരു മൊബൈൽ ഉപയോഗം ഏവർക്കും ആശംസിക്കുന്നു.

OO

അധ്യായം 9
സൈബർ കുറ്റകൃത്യങ്ങളും പ്രതിവിധിയും

സൈബർ കുറ്റകൃത്യങ്ങളുടെ നിരക്ക് അനുദിനം വർദ്ധിച്ചുവരികയാണ്. അവയുടെ പ്രധാന ലക്ഷ്യം സ്ത്രീകളും കൗമാരപ്രായക്കാരുമാണ്. സ്മാർട്ട്ഫോണും ഇന്റർനെറ്റും സൈബർ കുറ്റവാളികൾക്ക് മറഞ്ഞിരുന്നുകൊണ്ട് സ്ത്രീകളെയും പെൺകുട്ടികളെയും ചൂഷണം ചെയ്യാൻ സൗകര്യമൊരുക്കുന്നു. ഒരു ദിവസം 4 മണിക്കൂറിൽ കൂടുതൽ സ്മാർട്ട്ഫോൺ ഉപയോഗിക്കുന്ന സ്ത്രീകൾ പുരുഷന്മാരേക്കാൾ സ്മാർട്ട്ഫോണിനു അടിമപ്പെട്ടിരികുന്നുവെന്നു പഠനങ്ങൾ പറയുന്നു. സ്ത്രീകൾ ഫോൺ വിളിക്കുക, ഗെയിം കളിക്കുക, വെബ്സൈറ്റുകൾ തിരയുക എന്നതിനേക്കാൾ സമൂഹമാധ്യമങ്ങളിലെ ഇടപെടലുകൾക്കും ഓൺലൈൻ ഷോപ്പിങ്ങുകൾക്കുമാണ് സ്മാർട്ട്ഫോൺ ഉപയോഗിക്കുന്നത്. അതിനുപയോഗിക്കുന്ന ആപ്പുകൾ അത് ഉപയോഗിക്കുന്നവരുടെ പ്രത്യേകതകൾ മാത്രമല്ല, സ്വകാര്യവും രഹസ്യസ്വഭാവമുള്ളവയുമായ വിവരങ്ങൾ ശേഖരിക്കുകയും ചെയ്യാറുണ്ട്. സ്മാർട്ട് ഫോൺ ഉപയോക്താക്കളെ പല രീതിയിൽ ബാധിക്കുന്ന നിരവധി ഭീഷണികളുണ്ട്. സ്മാർട്ട് ഫോണിലൂടെയും അതിൽനിന്നുണ്ടാകുന്ന വിവിധ അപകടങ്ങളിലൂടെയുമുള്ള സൈബർ ഭീഷണിയെക്കുറിച്ച് ബോധവാന്മാരാകേണ്ടത് ഇപ്പോഴത്തെ സാഹചര്യത്തിൽ സ്ത്രീകൾക്കുമാത്രമല്ല സ്മാർട്ട് ഫോൺ ഉപയോഗിക്കുന്ന ഏതൊരാളെ സംബന്ധിച്ചും പ്രാധാന്യമുള്ള കാര്യമാണ്.

മൊബൈൽ ഫോൺ സുരക്ഷാഭീഷണി വിഭാഗങ്ങൾ

1. മൊബൈലും വിവരസുരക്ഷാഭീഷണിയും

കളഞ്ഞുപോയതോ അല്ലെങ്കിൽ മോഷ്ടിച്ചതോ ആയ ഫോൺ ഉപയോഗിച്ചുകൊണ്ട് അനധികൃതമായും കരുതിക്കൂട്ടിയും ചെയ്യു

ന്ന കുറ്റകൃത്യങ്ങൾ ഇക്കാലത്തു ധാരാളം നടക്കുന്നുണ്ട്. മാത്രവുമല്ല, സ്മാർട്ട് ഫോണുകൾ ഒരു വ്യക്തിയുടെ ജീവിതത്തിന്റെ അനിവാര്യ ഘടകമാണ്. ഏതെങ്കിലും വിധത്തിൽ നമ്മളുടെ ഫോൺ നഷ്ടപ്പെടുകയോ മോഷ്ടിക്കപ്പെടുകയോ ചെയ്താൽ അതൊരു സൈബർ കുറ്റവാളിയുടെ കയ്യിൽ എത്തിപ്പെടാൻ സാധ്യത വലുതാണ്. അങ്ങനെ അതിലെ സുപ്രധാന വിവരങ്ങൾ അന്യരിൽ എത്തിച്ചേർന്നാൽ അതു വലിയ സുരക്ഷാഭീഷണിക്കു കാരണമാകാം. ഫോണിൽ ഇൻസ്റ്റാൽ ചെയ്തിരിക്കുന്ന ആപ്ലിക്കേഷനുകൾ നോക്കിയാൽ സ്മാർട്ട് ഫോൺ ഉപയോക്താവിൻറെ പ്രായം, ലിംഗം, സ്ഥലം, വ്യായാമ പ്രവർത്തനങ്ങളിലെ താത്പര്യം, ഉപയോക്താവിന് ബുദ്ധിമുട്ടാൻ സാധ്യതയുള്ള ആരോഗ്യ സാഹചര്യങ്ങൾ, സ്മാർട്ട് ഫോൺ ഉപയോക്താവ് ഒരു കുഞ്ഞിനെ പ്രതീക്ഷിക്കുന്നുണ്ടോ എന്നിവയെക്കുറിച്ച് പോലുമുള്ള വിവരങ്ങൾ ലഭിക്കാൻ പ്രയാസമില്ല. അതുകൊണ്ടുതന്നെ ഫോൺ ഏതെങ്കിലും വിധത്തിൽ അന്യരിൽഎത്തിപ്പെടാനുള്ള സാധ്യതയെക്കുറിച്ച് എപ്പോഴും ബോധവാനായിരിക്കേണ്ടതുണ്ട്. അതിനാൽ ഫോൺ തുറക്കുന്നതിനു എല്ലായ്പ്പോഴും ഒരു പാസ് വേർഡ് അല്ലെങ്കിൽ ബയോമെട്രിക് സംവിധാനം ഉപയോഗിക്കണം. അതുപോലെ സിം ലോക്ക് ആക്ടിവേറ്റ് ചെയ്യുക. ഫോൺ നഷ്ടപ്പെട്ടാൽ, അതുലഭിക്കുന്നയൾക്ക് ആ ഫോൺ ലോക്ക് ചെയ്തിട്ടുണ്ടെങ്കിൽപോലും എളുപ്പത്തിൽ സിം കാർഡ്എടുത്തുപയോഗിക്കുവാൻ കഴിയും. പ്രാധാന്യമുള്ള വിവരങ്ങളുടെ വെളിപ്പെടുത്തൽ മൊബൈൽഫോണുകളിലെ വിവരസംരക്ഷണ സംവിധാനങ്ങളുടെ അഭാവമോ വിവരങ്ങളുടെ ചോർച്ച തടയുവാനുള്ള കഴിവില്ലയ്മയോ ഒരാളുടെ വ്യക്തിഗത വിവരങ്ങളുടെ സുരക്ഷയ്ക്കു ഭീഷണിയായേക്കാം. അതുവഴി അയാളുടെ വ്യക്തിഗത ബാങ്കിംഗ് വിവരങ്ങൾ അപകടസാദ്ധ്യതയിലാകാം. അതുകൊണ്ട് ആപ്ലിക്കേഷനുകൾ ഉപയോഗിച്ചതിനു ശേഷം ലോഗൌട്ട് ചെയ്തുവെന്ന് ഉറപ്പുവരുത്തേണ്ടതുണ്ട്.

2. മൊബൈൽ കണക്റ്റിവിറ്റി സുരക്ഷാ ഭീഷണികൾ

ബ്ലൂടൂത്ത്, വൈഫൈ, യുഎസ്ബി തുടങ്ങിയ സാങ്കേതികവിദ്യകൾ ഉപയോഗിച്ചുള്ള മൊബൈൽ കണക്റ്റിവിറ്റിയെ സംബന്ധിച്ച ഭീഷണികൾ നമ്മുടെ ഫോണുകൾ പൊതുവായുള്ള വൈഫൈയിൽ കണക്റ്റ് ചെയ്തിട്ടുണ്ടെങ്കിൽ ഇത്തരം ഭൂരിഭാഗം നെറ്റ് വർക്കുകളും പ്രൊട്ടക്റ്റഡ് ആയിരിക്കില്ല എന്ന് ഓർക്കണം. പൊതു

വായുള്ള വൈഫൈ ഉപയോഗിച്ച് ബാങ്കിംഗ് ഇടപാട്കളോ പ്രാധാന്യമുള്ള വിവരങ്ങളുടെ ഉപയോഗമോ നടത്താത്തതാണ് നല്ലത്. മൊബൈൽ ഫോൺ അല്ലെങ്കിൽ ലാപ്പ്ടോപ്പ് വേറെ ഒരാൾക്ക് ആക്സസ്സു ചെയ്യേണ്ട ആവശ്യമില്ലെങ്കിൽ ബ്ലുടൂത്ത് കണക്ഷൻ ഇൻവിസിബിൾ മോഡ് ആക്കിവെക്കുക. പരിചിതമല്ലാത്ത ഒരു ഉപയോക്താവ് നമ്മുടെ മൊബൈൽ ഫോൺ അല്ലെങ്കിൽ ലാപ്ടോപ്പ് ബ്ലുടൂത്ത് വഴി കണക്റ്റ് ചെയ്യുവാൻ ശ്രമിച്ചാൽ, ബ്ലുടൂത്തിന്റെ പരിധിയിൽ നിന്ന് നീങ്ങുക, അപ്പോൾ അത് സ്വയം വിച്ഛേദിക്കപ്പെടും.

പൊതുവായുള്ള വൈഫൈയിൽ ലോഗിൻ ചെയ്തിരിക്കുമ്പോൾ സാമ്പത്തികമോ, വൈദ്യശാസ്ത്രപരമോ, വ്യാപാരപരമോ ആയ ജോലികൾ ചെയ്യരുത്. അത്തരം കാര്യങ്ങൾക്ക്, ഒരു വിപിഎൻ അല്ലെങ്കിൽ സുരക്ഷിതമായ നെറ്റ് വർക്ക് ഉപയോഗിക്കുക. പൊതുവായുള്ള വൈഫൈയിൽ ലോഗിൻ ചെയ്തിരിക്കുമ്പോൾ പാസ് വേഡുകളും പ്രാധാന്യമുള്ള വിവരങ്ങളും ഉപയോഗിക്കരുത്.

ഫിഷിംഗ് ഇമെയിലുകൾ

ബാങ്കുകൾ, റീട്ടെയിലർ പോലെ വിശ്വസനീയരായ ആൾക്കാരിൽനിന്നും വരുന്ന ഇമെയിലുകൾപോലെ തോന്നിക്കുന്ന വ്യാജ ഇമെയികളിൽ ഉപയോക്താക്കൾ ഇരയാക്കപെടുന്നതു സാർവ്വത്രികമാണിന്ന്. കൗശലത്തോടെ ഭാഷ ഉപയോഗിച്ച്, ഒരു അടിയന്തിര മനോഭാവം സൃഷ്ടിക്കുകയും അതുവഴി സ്വീകർത്താക്കളെ പെട്ടന്നുള്ള തീരുമാനം എടുക്കാൻ പ്രേരിപ്പിക്കുകായും ചെയ്യുന്നു. അവർ ഉൾച്ചേർത്ത ലിങ്കുകളിൽ ക്ലിക്കുചെയ്യുകയോ, അവ വിശ്വസനീയമല്ലാത്ത സൈറ്റുകളിൽ വിവരങ്ങൾ പങ്കിടുകയോ, കാണാൻ സാധിക്കാത്ത വിവരങ്ങൾ ശേഖരിക്കുന്ന വൈറസ്സുകൾ അടങ്ങിയിരിക്കുന്ന അറ്റാച്ച്മെന്റുകൾ ഡൌൺ ലോഡ് ചെയുകയോ, അല്ലെങ്കിൽ അടുപ്പമുള്ളവരുമായി വൈറസ് അടങ്ങിയ ഇമെയിലുകൾപങ്കിടുകയോ ചെയുന്നു.

ഇ മെയിൽ വിലാസങ്ങളിൽ എല്ലായ്പ്പോഴും അയയ്ക്കുന്നയാളുടെ പേരുകൾ പരിശോധിക്കുക, ബുക്ക്മാർക്കുകളിലോ അല്ലെങ്കിൽ അഡ്രെസ്സ് ബാറുകളിൽ യുആർഎൽ ടൈപ്പ് ചെയ്ത് സമർപ്പിച്ചോ അയയ്ക്കുന്നയാളുടെ വെബ്സൈറ്റുകൾ സന്ദർശിക്കാൻ സാധിക്കും. അതുപോലെ ഒരു വിശ്വസനീയ ആന്റിവൈറസ് പ്രോഗ്രാം ഉപയോഗിച്ച് എല്ലാ ഡൗൺലോഡുകളും സ്കാൻ ചെയ്യുന്ന

തും ഇത്തരം ഫിഷിംഗ് ഇമെയിൽ തട്ടിപ്പിൽ നിന്നും സംരക്ഷണം നൽകും.

സ്മിഷിംഗ് മെസ്സേജ്സ്

ഇമെയിൽ ഫിഷിംഗ് പോലെ തന്നെയാണ് ടെക്സ്റ്റ്മെസ്സേജ് വഴിയുള്ള സ്മിഷിങ്ങും. ഏതെങ്കിലും മെസ്സേജുകളുടെ ഉറവിടം അല്ലെങ്കിൽ അയച്ചയാളുടെ ഉദ്ദേശം എന്നിവയിൽ സംശയം ഉണ്ടെങ്കിൽ ആരാണോ അയച്ചത്, അവരെ നേരിട്ട് ഫോണിൽ ബന്ധപ്പെട്ട് അവർ തന്നെയാണ് അത് അയച്ചതെന്ന് ഉറപ്പ് വരുത്തുക. ബാങ്കിൽ നിന്നുള്ളത് ഒരു ടെക്സ്റ്റ് മെസ്സേജ് ആണെന്നു കരുതുക. അത് ബാങ്കിൽ നിന്നു തന്നെ വന്നതാണെന്നു നേരിട്ടു ബന്ധപ്പെട്ടു ഉറപ്പു വരുത്തുക. ഒരിക്കലും സന്ദേശത്തോടൊപ്പം വരുന്ന ലിങ്കുകളിൽ ക്ലിക്ക് ചെയ്യരുത്.

ദുർബ്ബലമായ ഒഥന്റിഫിക്കേഷൻ

ഒഥന്റിഫിക്കേഷൻ എന്നത് ആരെയെങ്കിലും അല്ലെങ്കിൽ എന്തെങ്കിലുമുണ്ടോ എന്ന് നിശ്ചയിക്കാനുള്ള പ്രക്രിയയാണ്. കുറ്റവാളികൾ ദുർബലമായ ഒഥന്റിഫികേഷൻ ഉപകരണങ്ങളുള്ള മൊബൈൽ പേയ്മെന്റ് സംവിധാനങ്ങളിലൂടെയാണു തട്ടിപ്പുകൾ കൂടുതലായി നടത്തുന്നത്. ഇ-കൊമേഴ്സ് ഉൾപ്പെടയുള്ള ബ്രൗസർ ആപ്ലിക്കേഷനുകളും ഏതു ഓൺലൈൻ പണമിടപാട് സംവിധാനങ്ങളും പരിശോധിച്ചാലും വിവിധങ്ങളായവ ഒഥന്റിഫികേഷൻ രീതികളും ഡാറ്റ എൻക്രിപ്ഷനും ഉണ്ടായിരിക്കും. ഉദാഹരണത്തിന്, ഒരു സുരക്ഷിത സിസ്റ്റത്തിന് ഉപയോക്തൃ ഐ ഡി, പാസ് വേർഡ്, സുരക്ഷാ ഇമേജ് സ്ഥിരീകരണം എന്നിവ ആവശ്യമായി വന്നേക്കാം. അല്ലെങ്കിൽ ഒറ്റത്തവണ ഉപയോഗിക്കാവുന്ന പിൻ സന്ദേശം ആവശ്യമായി വന്നേക്കാം. മികച്ച പണമിടപാടു സംവിധാനം നമ്മുടെ ക്രെഡിറ്റ് കാർഡ്വിവരങ്ങൾ ഒരു ടോക്കൺ രീതിയിൽ ആക്കിയാവും ഉപയോഗിക്കുന്നത്. അതു മറ്റാർക്കും ആക്സസ് ചെയ്യാൻ കഴിയില്ല.

3. മൊബൈൽ ആപ്ലിക്കേഷനും ഓപ്പറേറ്റിങ് സിസ്റ്റം സുരക്ഷാഭീഷണിയും

മൊബൈൽ ആപ്ലിക്കേഷനുകളുടെയും ഓപ്പറേറ്റിംഗ് സിസ്റ്റത്തിന്റെയും ദുർബലതകളിൽ നിന്നുമുണ്ടാകുന്ന ഭീഷണികൾ ആണ്

ഇതിൽ വരുക. പ്രധാനമായും സൗജന്യമായി ലഭിക്കുന്ന ആപ്ലിക്കേഷനുകൾ ഡൌൺലോഡ് ചെയ്യുമ്പോൾ, ആ അപ്ലിക്കേഷനുകൾ അപഹരിക്കുന്ന സ്വകാര്യതാ ക്രമീകരണങ്ങൾ എന്താണെന്ന് നമ്മൾ പരിശോധിക്കാറില്ല. മൊബൈലിൽ ആപ്ലിക്കേഷൻ ഡൗൺലോഡ് ചെയ്തതിനുശേഷം അതിലെ വിവരങ്ങൾ മോഷ്ടിക്കുന്ന നിരവധി മാൽവെയർ ആപ്ലിക്കേഷനുകൾ ഉണ്ട്. അതുകൊണ്ട് അനധികൃത ഉറവിടങ്ങളിൽ നിന്ന് ഉള്ളടക്കം മൊബൈൽ ഫോണിലേക്കോ ലാപ്ടോപ്പിലേക്കോ ഡൗൺലോഡുചെയ്യുന്നത് ഒഴിവാക്കുന്നതാണു നല്ലത്. അതുപോലെ അപ്ലിക്കേഷനുകൾക്ക് അനുമതികൾ നൽകുന്നതിനു മുൻപു ചിന്തിക്കണം. അപ്ലിക്കേഷനുകൾ ഉപയോഗിക്കുന്നില്ലെങ്കിൽ, അനുമതികൾ പിൻവലിക്കുകയും വേണം.മൊബൈൽ ഫോണുകൾക്കെതിരെയുള്ള ആക്രമണങ്ങളുടെ അനന്തരഫലമാണ്ഉപയോക്താവിന്റെ മൊബൈല് ഫോണിൽ സൂക്ഷിച്ചതോ കൈമാറ്റം ചെയ്തതോ ആയ സ്വകാര്യ വിവരങ്ങൾ അഥവ ഡാറ്റയുടെ വെളിപ്പെടുത്തലും നഷ്ടവും.

അപായകരമായ സോഫ്റ്റ്വെയറുകളുടെ, പ്രീമിയവും, ഉയർന്നതുമായ എസ്എംഎസ്, കോൾ സേവനങ്ങളിലൂടെയുള്ള പണനഷ്ടവും മറ്റൊരു പ്രശ്നമാണ്. ഉപയോക്താവിന്റെ അറിവില്ലാതെ മൊബൈൽ ഫോൺ ലൊക്കേഷൻ കണ്ടെത്തി സ്വകാര്യ എസ്എംഎസ്സുകൾ, കോളുകൾ എന്നിവയുൾപ്പെടെയുള്ള സ്വകാര്യതയുടെ ലംഘനവും മറ്റൊരു പ്രശ്നമാണ്. സൈബർ സ്പേസിൽ ഒരാളെ തിരിച്ചറിയാനും ട്രാക്ക് ചെയ്യാനും കഴിയുന്ന, വ്യക്തിപരമായ പേര്, വിലാസം, ഇമെയിൽ ഐഡി തുടങ്ങിയവ പോലുള്ള എല്ലാ വിവരങ്ങളും ഡിജിറ്റൽ ലോകത്തെ ഒരു വ്യക്തിയുടെ ഐഡന്റിറ്റിയാണ്. മൊബൈൽ, ഇന്റർനെറ്റ്, ഇമെയിൽ തുടങ്ങിയവ ഡിജിറ്റൽ ലോകത്തിന്റെ ഭാഗമാണ്. ജീവിതം കൂടുതൽ എളുപ്പമാക്കുന്ന ഓരോ ഉപകരണത്തിനും/സാങ്കേതികവിദ്യയ്ക്കും പിന്നിലെ ഡിജിറ്റൽ ലോകത്തിൽ, സ്വകാര്യ വിവരങ്ങൾ മോഷ്ടിക്കപ്പെടുന്ന ചതിക്കുഴികളുമുണ്ട്.

എന്താണ് ഐഡന്റിറ്റി മോഷണം?

പേര്, ഫോൺ നമ്പർ, സ്കൂൾ വിശദാംശങ്ങൾ, ഇമെയിൽ ഐഡി, ജനനത്തീയതി, വിലാസം, തിരിച്ചറിയൽ കാർഡ് നമ്പർ, ആധാർ കാർഡ് വിശദാംശം, പാസ്പോർട്ട് വിവരങ്ങൾ, യാത്രാ വിവരങ്ങൾ, ബാങ്ക് അക്കൗണ്ട് വിശദാംശം, വിരലടയാളങ്ങൾ,

ശബ്ദമാതൃകകൾ തുടങ്ങിയ വ്യക്തിഗത അഥവാ സാമൂഹിക തിരിച്ചറിയൽ വിവരങ്ങൾ മോഷ്ടിക്കുകയോ ദുരുപയോഗപ്പെടുത്തുകയോ ചെയ്യുന്നതാണ് ഐഡന്റിറ്റി മോഷണം. ഏതുസമയത്തും ആരും ഐഡന്റിറ്റി മോഷണത്തിന് ഇരയാകാം. ഇത് പലരൂപത്തിലും ഭാവത്തിലും സംഭവിക്കുന്നു. നമ്മളോ മാതാപിതാക്കളോ കുടുംബാംഗങ്ങളോ കഷ്ടപ്പെട്ട് സമ്പാദിച്ച പണം നഷ്ടമാകുവാൻ ഇത് ഇടയാക്കും.

ലോകത്ത് ജീവിക്കുമ്പോൾ നാം നമ്മുടെ സുരക്ഷയ്ക്ക് എപ്പോഴും പ്രാധാന്യം നൽകുന്നു. അതുപോലെ തന്നെ സൈബർ ലോകത്തെ സുരക്ഷയ്ക്കും നാം പ്രാധാന്യം നൽകണം. ഭൗതികലോകം പോലെ തന്നെ സൈബർ ലോകവും മികച്ചതാണ്. എന്നാൽ ആവശ്യമായ മുൻകരുതലുകൾ സ്വീകരിച്ചില്ലെങ്കിൽ രണ്ടിലും അപകടസാധ്യതയുണ്ട്. യഥാർത്ഥത്തിൽ ഡിജിറ്റൽ സ്പേസിൽ അധിക മുൻകരുതലുകളും പ്രതിരോധനടപടികളും സ്വീകരിക്കേണ്ടതുണ്ട്. സ്വന്തം ഐഡന്റിറ്റി സൂക്ഷിക്കേണ്ടത് അവനവന്റെ ഉത്തരവാദിത്വമാണ്.

അധ്യായം 10
ദൈനംദിനജീവിതവും മൊബൈൽഫോണും

മൊബൈൽഫോൺ നമ്മുടെ ദൈനംദിന ജീവിതത്തിലും, ഒരാളുടെ മാനസികനിലയിലും എപ്രകാരമൊക്കെ ഇടപെട്ടുതുടങ്ങി എന്നതു ലോകം അറിയുന്നത് അതുമായി ബന്ധപ്പെട്ടു പുറത്തു വരുന്ന വാർത്തകളിലൂടെയാണ്. ഈ അധ്യായം അത്തരം ചില വാർത്തകൾ പങ്കു വയ്ക്കുന്നു. വെറുതേ വാർത്ത എന്തെന്നു പറയുകയല്ല മറിച്ച്, എങ്ങനെ നമുക്ക് അത്തരം പ്രശ്നങ്ങൾ ഒഴിവാക്കാം എന്നുകൂടി ചിന്തിക്കാം.

1

2022 ജൂൺ ആറാം തീയതി വന്ന വാർത്തയിലേക്ക്. കൊല്ലം: മൊബൈൽ ഫോണിന്റെ അമിത ഉപയോഗം വിലക്കിയതിനെത്തുടർന്ന് കൊല്ലത്ത് വിദ്യാർത്ഥിനി ജീവനൊടുക്കി. കൊല്ലം കോട്ടക്കകം സ്വദേശിനി ശിവാനിയാണ് (15) മരിച്ചത്. പത്താം ക്ലാസ് വിദ്യാർത്ഥിനിയാണ്. ഫോൺ ഉപയോഗവുമായി ബന്ധപ്പെട്ട് വഴക്കുപറഞ്ഞതിനെത്തുടർന്ന് മുറിയിൽ കയറി തൂങ്ങി മരിക്കുകയായിരുന്നു. പോലീസ് അസ്വഭാവിക മരണത്തിനു കേസ് എടുത്തു.

2

2021 ജൂലൈ 2-ലെ ഒരു വാർത്ത.

ചെന്നൈ: മകൾ സദാസമയവും മൊബൈൽ ഫോണിൽ സമയം ചെലവിടുന്നതിനെച്ചൊല്ലിയുള്ള തർക്കത്തിനു പിന്നാലെ അമ്മ ജീവനൊടുക്കി. ചെന്നൈ മണിമംഗലം സ്വദേശി ശോഭൻരാജിന്റെ ഭാര്യ തമിഴരശിയാണ് വീട്ടിൽ തൂങ്ങിമരിച്ചത്. പത്താം ക്ലാസ് വിദ്യാർത്ഥിനിയായ ഇവരുടെ മൂത്ത മകൾ സദാ മൊബൈലിൽ സമയം ചെലവിടുന്നതും, പഠനത്തിൽ ശ്രദ്ധ കുറയുന്നതും സംബന്ധിച്ച വഴക്കാണ് അമ്മയുടെ മരണത്തിലേക്കു നയിച്ചത്. രണ്ടു വാർത്തകൾ, രണ്ടിന്റേയും പരിസരം ഒന്നാണ്. മകളുടെ പഠ

നവും അമിതമായ മൊബൈൽ ഉപയോഗവുമാണ് പ്രതിസ്ഥാനത്ത്. ആദ്യത്തെ വാർത്തയിൽ മാതാപിതാക്കളോടു വഴക്കിട്ട് അവരോടുള്ള എതിർപ്പു പ്രകടിപ്പിക്കാനുള്ള ഒരു വഴിയായിട്ടാണ് കുട്ടി ആത്മഹത്യ തിരഞ്ഞെടുത്തത്. ഇവിടെ കുട്ടിക്ക് തന്റെ ഇഷ്ടത്തിനൊത്ത് മൊബൈൽ ഉപയോഗിക്കാനുള്ള ആഗ്രഹം ഒരു ഘടകം, അത് അവളുടെ പഠനത്തെ ബാധിക്കുന്നു എന്നകാര്യം വീട്ടുകാരെ അലോസരപ്പെടുത്തുന്നു എന്നത് അടുത്ത ഘടകം. മരിക്കുക എന്ന ചിന്ത ചിലപ്പോൾ കുട്ടിയിൽ ഉണ്ടായിരുന്നു എന്നുപോലും വരില്ല. ഒന്ന് പേടിപ്പിക്കാം എന്ന ചിന്തയിലാണ് ഒട്ടുമിക്ക കൗമാരക്കാരും ഇത്തരത്തിൽ പ്രതികരിക്കാനൊരുങ്ങുന്നത്. പക്ഷേ, നിർഭാഗ്യത്തിന് അത് അപകടത്തിലേക്കു നയിക്കുന്നു. ഉറപ്പായും വഴക്കുപറയുന്ന വീട്ടുകാർ കുട്ടിയുടെ നന്മ ആഗ്രഹിച്ചാണ് ഇടപെടുന്നത്. എന്നാൽ കുട്ടിക്ക്, തന്റെ സ്വാതന്ത്ര്യത്തിലുള്ള കടന്നുകയറ്റമായിവരെ അത് വ്യാഖ്യാനിക്കാം. ഒപ്പം മൊബൈൽ നൽകുന്ന ആനന്ദം പാഠപുസ്തകങ്ങൾക്കു നൽകാൻ സാധിക്കുന്നുമില്ല. ഇതു വലിയ പ്രതിസന്ധി സൃഷ്ടിക്കുന്നുണ്ട്. എന്നാൽ നിമിഷാർദ്ധങ്ങളിലെ വികാരത്തള്ളിച്ചയിൽ കുട്ടികൾ സ്വന്തം ജീവൻ വിടരുംമുൻപു കൊഴിച്ചു കളയുന്നു.

രണ്ടാമത്തെ വാർത്തയിൽ അമ്മയാണ് ജീവനൊടുക്കിയത്. കുട്ടികളിൽ നിന്നും വ്യത്യസ്തമായി നിരാശയാണ് ഇവിടെ പ്രധാന വില്ലൻ. മക്കളുടെമേൽ മാതാപിതാക്കളുടെ പ്രതീക്ഷ എക്കാലവും വളരെ വലുതാണ്. ആ പ്രതീക്ഷയെ അട്ടിമറിക്കുംവിധം കുട്ടി പെരുമാറിയപ്പോൾ, പൊടുന്നനെ രൂപപ്പെട്ട നിരാശയും കോപവും എല്ലാം അവസാനിപ്പിക്കാനുള്ള തീരുമാനത്തിലേക്ക് അവരെ നയിക്കുന്നു. ഈ രണ്ടു സംഭവങ്ങളിലും മൊബൈൽ പ്രതിസ്ഥാനത്താണ്. കോവിഡിനെത്തുടർന്ന് ഓൺലൈൻഭ്രമം പഠന രംഗത്തേക്കും വ്യാപിച്ചതോടെ കുട്ടികളുടെ കൈകളിലേക്ക് അനായാസമായി മൊബൈൽ എത്തി. അതുവരെ പഠിത്തത്തെ ബാധിക്കും എന്നുപറഞ്ഞ അതേ സംഗതി ഇപ്പോൾ പഠനോപകരണമായി കൈകളിൽ! വിവേചനശേഷി കുറഞ്ഞ പ്രായത്തിൽ തലച്ചോറിന് സുഖം പകരുന്ന കാര്യങ്ങളും ആലീസിന്റെ അത്ഭുതലോകം പോലെ വേണ്ടതും വേണ്ടാത്തതും നിറഞ്ഞ പുതിയ ലോകവും പുത്തൻ സുഹൃത്തുക്കളും അവർക്കു മുന്നിലെത്തി. യാഥാർത്ഥ്യമേത് എന്നു ചിന്തിക്കാനാകാത്തവിധം കപടമുഖങ്ങൾ സൗഹൃദം കാട്ടി കുട്ടികളെ വഴിതെറ്റിക്കുന്നതു കണ്ടുനിൽക്കാനേ വീട്ടുകാർ

ക്കും കഴിഞ്ഞുള്ളൂ.അതിന്റെയൊക്കെ ഫലങ്ങളാണ് വീട്ടുകാരുടെ വഴക്കിൽ ആത്മഹത്യ ചെയ്ത കുട്ടികളും, മക്കളുടെ നടപടികളിൽ മനംനൊന്തു മരണം വരിക്കുന്ന അമ്മയും.

ഏതായാലും ചൈനയിൽ നിന്നു റിപ്പോർട്ട് ചെയ്ത ഒരു വാർത്തയുണ്ട്, അതും 2021 ഫെബ്രുവരിയിലേത്. അതിൽ സ്ക്കൂൾ കുട്ടികൾ മൊബൈൽ ഉപയോഗിക്കുന്നതു ഗവൺമെന്റ് നിരോധിച്ചിരിക്കുന്നു എന്നാണു പറയുന്നത്. ഓൺലൈൻ ക്ലാസിൽ മാറ്റങ്ങൾ വേണം. അധ്യയനത്തിലെ ഏറ്റവും 'റിസ്കി മെതേഡ്' എന്നാണ് ഓൺലൈൻപഠനത്തെ വിദഗ്ധർ വിശേഷിപ്പിക്കുന്നത്. ദീർഘനേരം ഇലക്ട്രോണിക് ഉപകരണങ്ങൾക്കുമുന്നിൽ ഒരേയിരിപ്പു വേണ്ടിവരുന്നതു കുട്ടിയുടെ ശാരീരികമാനസികാരോഗ്യത്തെ കാര്യമായി ബാധിക്കും. കാര്യങ്ങൾ കുട്ടി സ്വയംചെയ്തു മനസ്സിലാക്കുന്ന 'എക്സ്പീരിയൻസ്ഡ് ലേണിങ്' രീതിയാണ് ഏറ്റവും ഫലപ്രദം. ക്ലാസിനിടെ വീട്ടിലുള്ള ഉപകരണങ്ങളോ അടുക്കളയിൽ നിന്നു സാധനങ്ങളോ എടുത്തുകൊണ്ടു വരാൻ പറയുക, കാണിച്ചുകൊടുക്കുന്ന മാതൃകയനുസരിച്ചു കൊച്ചുകൊച്ചു പരീക്ഷണങ്ങൾ ചെയ്യിക്കുക എന്നിവയൊക്കെ വേണം. തുടർച്ചയായി ടീച്ചർ പ്രസംഗിക്കുന്നതു കുട്ടി നോക്കിയിരിക്കുന്ന രീതി തെറ്റാണ്.

ക്ലാസുകൾക്കിടയിൽ ഇടവേള വേണം. യോഗ, ഫിസിക്കൽ ട്രെയ്നിങ്, ആർട് തുടങ്ങിയ ക്ലാസുകളും ഉൾപ്പെടുത്തണം. കൗൺസലിങ് ക്ലാസും ഉൾപ്പെടുത്തുന്നത് ഏറെ പ്രയോജനം ചെയ്യും. ലോകമാകെ പടർന്നു പിടിച്ച കൊവിഡും അതിനെ പ്രതിരോധിക്കാനായി ഏർപ്പെടുത്തിയ ലോക്ക്ഡൗണും കുട്ടികളെയാണ് ഏറ്റവും അധികം അസ്വസ്ഥരാക്കിയത് എന്നതു നമ്മൾ കണ്ടതാണ്. അവരുടെ ആഹ്ളാദകരമായ സ്കൂൾ അധ്യയനവും അതിനുശേഷമുള്ള അവധിക്കാലവുമാണ് കോവിഡ് കവർന്നെടുത്തത്. കുട്ടികൾക്കും മാതാപിതാക്കൾക്കും നാളിതുവരെ പരിചയമില്ലാത്ത രീതിയായിരുന്നു ഓൺലൈനിലൂടെയുള്ള പഠനം. ഇപ്പോഴുള്ള പ്രശ്നം എന്താണെന്നുവച്ചാൽ സ്കൂൾ അധ്യയനരീതി പഴയതുപോലെ ആയിട്ടും ഭൂരിഭാഗം കുട്ടികളും മൊബൈൽ ഫോൺ ഉൾപ്പെടെയുള്ളവയിൽ നിന്നും കണ്ണും മനസ്സും മാറ്റാൻ തയ്യാറാകുന്നില്ലെന്നതാണ്. കോവിഡിനു ശേഷം കുട്ടികൾ ഏറ്റവും കൂടുതൽ സമയം ചിലവഴിക്കുന്നതു വീട്ടിൽ മാത്രമായി ചുരുങ്ങിയെങ്കിലും യഥാർത്ഥത്തിൽ അവർ വീട്ടുകാരോടൊപ്പമല്ല എന്നതാണ് സത്യം.

മൊബൈൽഫോണും, ടാബും, കംപ്യൂട്ടറും, ടിവിയും പോലു

ള്ള ഇലക്ട്രോണിക് ഉപകരണങ്ങൾ അവരുടെ ഉറ്റ ചങ്ങാതിമാരായി മാറിക്കഴിഞ്ഞു. ഈ സൗഹൃദം തഴച്ചുവളരാൻ എല്ലാത്തരത്തിലും അനുയോജ്യമായ സാഹചര്യം കൊറോണ എന്ന കൊച്ചു വൈറസ് ഒരുക്കി. മദ്യവും മയക്കുമരുന്നും പോലെതന്നെ ഈ ഉപകരണങ്ങളും അമിത ഉപയോഗം മൂലം കുട്ടികളിൽ അഡിക്ഷൻ ഉണ്ടാക്കുന്നവയാണ്. കുട്ടികൾ സ്ക്രീൻ അഡിക്റ്റഡായി മാറുന്ന സ്ഥിതിയാണുള്ളത്. മൊബൈൽ ഫോൺ, ടി.വി, കംപ്യൂട്ടർ തുടങ്ങിയ ഇലക്ട്രോണിക്സ് ഉപകരണങ്ങൾ മാത്രം വിനോദ ഉപാധികളായിക്കണ്ട് സമയപരിമിതികളില്ലാതെ ഇവയുടെ മുൻപിൽ സമയം ചിലവഴിക്കുന്ന അവസ്ഥയാണ് സ്ക്രീൻ അഡിക്ഷൻ. ഇതു ചിലപ്പോൾ കാർട്ടൂണുകൾ, ഗെയിംസ് അതുമല്ലെങ്കിൽ വീഡിയോസ് കാണുവാനായിരിക്കാം.

അതിവേഗത്തിലുള്ള സാങ്കേതികവിദ്യയുടെ വളർച്ചയും ജീവിതശൈലിയിലുണ്ടായിട്ടുള്ള മാറ്റങ്ങളുമാണ് ഇതിനു പ്രധാന കാരണം.ലോകാരോഗ്യ സംഘടനയുടെ നിർവ്വചനമനുസരിച്ചു വീഡിയോ ഗെയ്മിങ് ഒരു വ്യക്തിയുടെ ദൈനദിന കാര്യങ്ങളെ തടസ്സപ്പെടുത്തുന്ന അവസ്ഥയയിൽ എത്തിയാൽ അതൊരു രോഗവസ്ഥയായി കണക്കാക്കാമെന്നാണ്. രണ്ടു വയസ്സിൽ താഴെയുള്ള കുട്ടികൾക്ക് ഒരു കാരണവശാലും ഇത്തരം ഉപകരണങ്ങൾ നൽകാൻ പാടില്ല എന്നു ഗവേഷകർ ചൂണ്ടിക്കാട്ടുന്നു. സ്ഥിരമായി കൂടുതൽ സമയം മൊബൈൽ ഫോൺ, ടിവി, കംപ്യൂട്ടർ തുടങ്ങിയ ഇലക്ട്രോണിക്സ്ഉപകരണങ്ങളുടെ ഉപയോഗം കുട്ടികളുടെ സ്വഭാവത്തിലും പെരുമാറ്റത്തിലും വൻ മാറ്റങ്ങൾ ഉണ്ടാക്കുന്നതായി നിരീക്ഷിച്ചിട്ടുണ്ട്. അമിതമായ ദേഷ്യം, പഠനത്തിൽ പിന്നാക്കം പോകുക, ശ്രദ്ധക്കുറവ്, അനുസരണക്കേട്, സൗഹൃദങ്ങളും ബന്ധങ്ങളും കുറയുക എന്നിവയൊക്കെ ഇതിന്റെ ബാക്കിപത്രമാണ്.

ഇനി നമ്മുടെ നാട്ടിൽ നടന്ന മറ്റൊരു വാർത്തയിലേക്കു കൂടി വരാം. ഉത്തരേന്ത്യയിൽ അമ്മയെ വെടിവെച്ചിട്ട് മരിക്കാൻ കാത്തിരുന്ന കൗമാരക്കാരനും ഒരു ഗെയിം അഡിക്ട് ആയിരുന്നുവെന്നത് ഓർക്കാം. നമ്മുടെ അയൽരാജ്യമായ പാകിസ്ഥാനിലെ ലാഹോറിൽ പതിനാലുകാരൻ അല്പം കൂടി കടന്ന് സ്വന്തം കുടുംബാംഗങ്ങളെ മുഴുവനും വെടിവച്ചിട്ടത് 2022 ജനുവരി 28-നായിരുന്നു. പ്രകോപനകാരണം പബ്ജി എന്ന ഗെയിം അഡിക്ഷൻ മാത്രമായിരുന്നു. അച്ഛനും അമ്മയും മുതിർന്ന സഹോദരനും സഹോദരിയും കൂടാതെ എന്തിന്, കുഞ്ഞുപെങ്ങന്മാരെ വരെ കുട്ടിക്കൊലയാ

ളി വെടിവെച്ചിട്ടു എന്നറിയുമ്പോഴാണ് ക്രൂരതയുടെ ആഴം നമ്മൾ തിരിച്ചറിയുക. ഒപ്പം അതിലേക്ക് അവനെ നയിച്ചത് ഒരു ഗെയിം അഡിക്ഷനാണെന്നതും. മറ്റൊന്നിലും താൽപര്യം ഇല്ലാതാവുക, ഉറക്കക്കുറവ്, ഫോൺ ഉൾപ്പെടെയുള്ള ഉപകരണങ്ങളുടെ ഉപയോഗത്തിൽ നിയന്ത്രണങ്ങൾ ഏർപ്പെടുത്തുമ്പോൾ അസ്വസ്ഥരാവുക എന്നിവയൊക്കെ കുട്ടികളിൽ പ്രകടമാകും. ഇതു മാത്രമല്ല, ഇത്തരത്തിലുള്ള ഉപകരണങ്ങളുടെ അമിത ഉപയോഗം കുട്ടികളിൽ ഓർമ്മക്കുറവുപോലുള്ള പ്രശ്നങ്ങളും സൃഷ്ടിക്കുമെന്നും ചൂണ്ടിക്കാണിക്കപ്പെടുന്നു. ചെറുപ്രായത്തിൽതന്നെ കുട്ടികൾ ഡിപ്രഷനും ഉത്കണ്ഠപോലുള്ള അവസ്ഥയ്ക്കും വിധേയരാകും. ഒപ്പം ഭക്ഷണത്തിനോടുപോലും താൽപര്യക്കുറവുണ്ടാകുകയും ക്രമേണ ഇത് ആരോഗ്യപ്രശ്നങ്ങൾക്കു കാരണമാകുകയും ചെയ്യും.

ഇന്ത്യയിൽ മൊബൈൽ ഫോണും ഇന്റർനെറ്റും അമിതമായി ഉപയോഗിക്കുന്ന 30 ശതമാനം കുട്ടികളിലും കൗമാരക്കാരിലും സ്ക്രീൻ ഡിപെൻഡൻസി ഡിസ്ഓർഡർ ഉണ്ടെന്നു പഠനങ്ങൾ പറയുന്നു. കുട്ടികൾ കടുംകൈയിലേക്കു പോകുന്നതു പലപ്പോഴും പെട്ടെന്നുള്ള പ്രകോപനത്തിലാണ്. അവർ അനുഭവിക്കുന്ന മാനസിക സംഘർഷം പലപ്പോഴും രക്ഷിതാക്കൾ തിരിച്ചറിയണമെന്നുപോലുമില്ല. അതുകൊണ്ട്, പ്രത്യക്ഷത്തിൽ പ്രശ്നങ്ങളൊന്നും കണ്ടില്ലെങ്കിലും നമ്മുടെ കുഞ്ഞുങ്ങൾ സുരക്ഷിതരാണെന്നു കരുതരുത്. ഓരോ രക്ഷിതാവും അങ്ങേയറ്റം കരുതലോടെ കുട്ടികളോട് ഇടപെടേണ്ട കാലഘട്ടമാണ് ഇത് എന്നർത്ഥം. പഠനാവശ്യത്തിനു വീട്ടുകാർ നൽകിയ മൊബൈൽഫോണിലെ ഓൺലൈൻ വിഡിയോ ഗെയിം ഇടുക്കിയിലെ കുട്ടിയുടെ ജീവനെടുക്കാൻ കാരണമായിട്ട് അധികനാൾ ആയിട്ടില്ല. അതിനു മുൻപാണ് പാലക്കാട്ട്, മണ്ണാർക്കാട് സ്വദേശിനിയായ പതിനൊന്നുവയസ്സുകാരി ജീവനൊടുക്കിയത്. ചേച്ചിയുടെ കയ്യിലിരുന്ന മൊബൈൽഫോൺ ചോദിച്ചിട്ടു കിട്ടാത്തതിന്റെ ദേഷ്യത്തിലാണിത് ചെയ്തത്. ശ്രീകൃഷ്ണപുരത്ത് നാലാം ക്ലാസുകാരിയെ ഓൺലൈൻ ക്ലാസിൽ ശ്രദ്ധിക്കാതിരുന്നതിന് അമ്മ വഴക്കുപറഞ്ഞതിനു ജീവിതമവസാനിപ്പിച്ചായിരുന്നു കുട്ടിയുടെ പ്രതികാരം. ഭയാനകമായ അവസ്ഥയാണിത്. മഹാമാരിയിൽനിന്നു കരകയറാനുള്ള അടച്ചിടൽ നമ്മുടെ കുഞ്ഞുങ്ങളുടെ മാനസികാരോഗ്യത്തെ വലുതായി ബാധിച്ചുവെന്നു മനഃശാസ്ത്രജ്ഞർ പറയുന്നു. കൂട്ടുകാർക്കൊപ്പം ആടിപ്പാടിയും ചിരിച്ചുകളിച്ചും ദിവസങ്ങൾ ആഘോഷമാക്കിയിരുന്നവർ

ക്ക് ഇപ്പോൾ കളികളില്ല, സംസാരമില്ല, തമ്മിൽ കാണാൻ പോലും കഴിയുന്നില്ല. മുഴുവൻ സമയവും വീട്ടിനുള്ളിൽ കഴിയുമ്പോഴും അവരുടെ പ്രശ്നങ്ങൾ കേൾക്കാനോ അറിയാനോ മാതാപിതാക്കൾക്കു കഴിയുന്നുമില്ല. പല കുട്ടികൾക്കും രക്ഷിതാക്കൾ തമ്മിലുള്ള പ്രശ്നങ്ങൾക്കും വഴക്കുകൾക്കുമൊക്കെ ദൃക്സാക്ഷിയാകേണ്ടിയും, ഒപ്പം അവയുടെ അനന്തരഫലങ്ങൾക്ക്ഇരയാകേണ്ടിയും വരുന്നു. കുട്ടികളുടെ സ്വഭാവരൂപീകരണം നടക്കുന്ന ഏറ്റവും പ്രധാനപ്പെട്ട കാലയളവാണ് സ്കൂൾപഠനം തുടങ്ങുന്ന അഞ്ചുവയസ്സ് മുതലുള്ള പ്രായം. അവരിൽ ഏറ്റവും കൂടുതൽ ശ്രദ്ധവേണ്ട ഈ സമയത്തുണ്ടാകുന്ന ചെറിയ വീഴ്ചപോലും കാര്യമായ പ്രത്യാഘാതങ്ങളുണ്ടാക്കും. ഈ പ്രായത്തിൽ കുട്ടികളുടെ മാനസികവളർച്ചയെ ഏറ്റവും കൂടുതൽ സ്വാധീനിച്ചിരുന്ന അധ്യാപകർക്ക് ഇപ്പോൾ ഇവരുമായി നേരിട്ടിടപഴകാൻ അവസരങ്ങളുമില്ല.

കുട്ടിയുടെ സമ്പൂർണ ഉത്തരവാദിത്തം മാതാപിതാക്കളിലെത്തുന്ന സാഹചര്യത്തിൽ ഏറെക്കാര്യങ്ങൾ ശ്രദ്ധിക്കാനുണ്ട്. പ്രായപൂർത്തിയാകാത്ത കുട്ടികളിലെ സോഷ്യൽ മീഡിയ ഉപയോഗം നിയന്ത്രിക്കേണ്ടതുതന്നെയാണ്. കൗതുകത്തിനായി ഉപയോഗിക്കുന്ന ചില ആപ്ലിക്കേഷനുകളും പേജുകളും ഗ്രൂപ്പുകളുമെല്ലാം കുട്ടികളെ വലിയ അപകടത്തിലേക്ക് നയിച്ചേക്കാം. പൂർണമായും കുട്ടികളെ ഇത്തരം ഉപകരണങ്ങളിൽ നിന്നും മാറ്റിനിർത്തുന്നതിന് പകരം ഉപയോഗം നിയന്ത്രിച്ചുകൊണ്ട് അവരുടെ സുരക്ഷ ഉറപ്പാക്കുന്നതാണു കൂടുതൽ ഉത്തമം. കുട്ടികൾ മൊബൈൽ ഫോണിൽ എന്താണു ചെയ്യുന്നത് എന്നു കാണാൻസാധിച്ചില്ലെങ്കിലും അവരുടെ ഫോൺ-ടാബ് ഉപയോഗം നിയന്ത്രിക്കാൻ രക്ഷിതാക്കൾക്ക് സാധിക്കും. അതിന് പല ആപ്ലിക്കേഷനുകളും നിലവിലുണ്ടെങ്കിലും കൂടുതൽ സുരക്ഷിതം 'ഗൂഗിൾ ഫാമിലി ലിങ്ക്' എന്ന ആപ്ലിക്കേഷനാണ്. ഗൂഗിൾ വർഷങ്ങൾക്ക് മുൻപ് അവതരിപ്പിച്ച സംവിധാനമാണെങ്കിലും കൂടുതൽ സ്വീകാര്യത ലഭിക്കുന്നത് സമീപകാലത്താണ്. ഫാമിലി ലിങ്ക് ആപ്പ്, രക്ഷിതാക്കളുടെയും കുട്ടികളുടെയും ഉപകരണങ്ങളിൽ ഇൻസ്റ്റാൾ ചെയ്യുകയാണ് ആദ്യഘട്ടം. 'ഫാമിലി ലിങ്ക് ഫോർ പാരന്റ്സ്' എന്ന അപ്ലിക്കേഷൻ രക്ഷിതാക്കളുടെ ഫോണിലും 'ഫാമിലി ലിങ്ക് ഫോർ ചിൽഡ്രൺ' എന്ന അപ്ലിക്കേഷൻ കുട്ടികളുടെ ഫോണിലുമാണ് ഇൻസ്റ്റാൾ ചെയ്യേണ്ടത്.

കുട്ടികളുടെ ഫോണിൽ എന്തൊക്കെ ആപ്ലിക്കേഷനുകളാണുള്ളതെന്നും, ഓരോ ആപ്ലിക്കേഷനും കുട്ടികൾ എത്ര സമയം ഉപ

യോഗിക്കുന്നുണ്ടെന്നും രക്ഷിതാക്കൾക്ക് കാണാം. ആപ്ലിക്കേഷനുകളുടെ നിയന്ത്രണം രക്ഷിതാക്കൾക്കായിരിക്കും. ഇതുവഴി ഏതൊക്കെ ആപ്ലിക്കേഷൻ, എത്ര സമയം ഉപയോഗിക്കണമെന്ന് രക്ഷിതാക്കൾക്ക് തീരുമാനിക്കാം. കുട്ടികൾ ഏതൊക്കെ സമയങ്ങളിൽ ഫോൺ ഉപയോഗിക്കണമെന്ന് രക്ഷിതാക്കൾക്ക് തീരുമാനിക്കാം. കുട്ടികളുടെ ഫോൺ ഓൺചെയ്യാനും ഓഫ് ചെയ്യാനും സാധിക്കും.

കുട്ടികളുടെ ഫോണിരിക്കുന്ന ലൊക്കേഷൻ രക്ഷിതാക്കൾക്ക് കാണാൻ സാധിക്കും. കുട്ടികൾ അവരുടെ ഫോണിലോ ടാബിലോ ഏതെങ്കിലും ആപ്പ് ഡൗൺലോഡ് ചെയ്യുമ്പോൾ രക്ഷിതാവിന്റെ ഫോണിൽ നോട്ടിഫിക്കേഷൻ വരും. അനാവശ്യ ആപ്പുകളാണെങ്കിൽ അനുമതി നൽകാതിരിക്കാൻ സാധിക്കും. വീട്ടുകാര്യങ്ങളും ജോലിക്കാര്യങ്ങളും ഒന്നിച്ചു നോക്കേണ്ടി വരുമ്പോൾ ഇടയ്ക്ക് കുട്ടികളെക്കൊണ്ടുള്ള 'ശല്യം' ഒഴിവാക്കാൻ മൊബൈൽഫോൺ കൊടുക്കാറുണ്ട്. ഗെയിം കളിച്ചോ വിഡിയോകൾ കണ്ടോ ഒരിടത്തിരുന്നാൽ കാര്യമായ ശ്രദ്ധ വേണ്ടിവരില്ലെന്ന ചിന്തയിലാണ് ഈ കുറുക്കുവഴി സ്വീകരിക്കുന്നത്. എന്നാലതു തീർത്തും അപകടകരമാണ്. പുറത്തു കളിക്കാൻ വിടാൻ പറ്റാത്ത സാഹചര്യത്തിൽ സദാസമയവും പഠിക്കാൻ നിർബന്ധിക്കരുത്.

പഠനത്തിനു സമയം നിശ്ചയിക്കണം. ബാക്കി സമയം ചെറിയ വീട്ടുജോലികളും ആക്ടിവിറ്റികളും അവർക്കു നൽകാം. സഹോദരങ്ങൾക്കെല്ലാം കൂടി ഒരു ഫോൺ ഉള്ളപ്പോൾ ഓരോരുത്തർക്കും ഉപയോഗിക്കാനുള്ള സമയവും തീരുമാനിക്കണം. ഏതൊക്കെ ആപ്ലിക്കേഷനുകൾ കുട്ടികൾക്ക് ഉപയോഗിക്കാനാകുമെന്നും ഫോണിൽ മുൻകൂട്ടി സെറ്റ് ചെയ്യാം. ഉത്തരവാദിത്തങ്ങൾ ഏറ്റെടുക്കാൻ ശീലിപ്പിക്കുക. രാവിലെ എഴുന്നേൽക്കുമ്പോൾ കിടക്ക വൃത്തിയാക്കുക, ആൺപെൺ വിവേചനമില്ലാതെ അടുക്കളജോലികളിൽ സഹകരിപ്പിക്കുക, ചെടികൾ നനയ്ക്കുക, തുണികൾ വാഷിങ് മെഷീനിലിടുക, ഭക്ഷണം തനിയെ വിളമ്പിക്കഴിക്കുക, കഴിച്ചപ്ലേറ്റും ഗ്ലാസും കഴുകിവയ്പ്പിക്കുക തുടങ്ങിയ കാര്യങ്ങൾ പരിശീലിപ്പിക്കാം. കുട്ടിക്കു താൽപര്യമുള്ള ആക്ടിവിറ്റികൾ പ്രോത്സാഹിപ്പിക്കാം. ക്രാഫ്റ്റ് വർക്കുകൾ ചെയ്യാനിഷ്ടപ്പെടുന്ന കുട്ടിക്ക് ആ വർക്കുകൾ നൽകാം. വായന നല്ലതാണ് പക്ഷേ, ഡിജിറ്റൽ വായന വേണ്ട. മുഴുവൻ സമയം ഫോണിന്റെ/ലാപ്ടോപ്പിന്റെ മുന്നിലിരിക്കുന്ന കുട്ടിയുടെ ശരീരം അനങ്ങുന്നില്ല. കണ്ണിനുണ്ടാകുന്ന പ്രശ്നം

വേറെ. കുട്ടികളുടെ മുന്നിൽവച്ചു രക്ഷിതാക്കൾ വഴക്കുണ്ടാക്കരുത്. പരസ്യമായ വാക്കുതർക്കങ്ങൾ ഒഴിവാക്കുക. ദിവസവും ഒന്നിച്ചിരുന്നു സംസാരിക്കാൻ സമയം കണ്ടെത്തുക. കുട്ടിയുടെ അഭിപ്രായങ്ങൾ ആരായുകയും അവരുടെ ആശയങ്ങൾ നടപ്പാക്കാൻ ശ്രമിക്കുകയും ചെയ്യുന്നതു വീട്ടിൽ തന്റെ പ്രാധാന്യത്തെക്കുറിച്ച് അവരിൽ ആത്മവിശ്വാസം വളർത്തും. എന്തും തുറന്നുപറയാൻ

പ്രോത്സാഹിപ്പിക്കുകയും തെറ്റുകൾ ശാന്തമായി പറഞ്ഞു തിരുത്തുകയും ചെയ്യുക. പ്രകോപിതരാകരുത്. കുട്ടിക്കു സ്വഭാവവൈകല്യങ്ങളുണ്ടെങ്കിൽ മാനസികാരോഗ്യ വിദഗ്ധനെയോ കൗൺസലർമാരെയോ കാണിക്കാൻ മടിക്കരുത്. തങ്ങൾക്കു പരിഹരിക്കാവുന്ന പ്രശ്നമേയുള്ളൂ എന്ന ചിന്തയിലാണു പല രക്ഷിതാക്കളും കുട്ടികളെ അടിച്ചും ദേഷ്യപ്പെട്ടും 'നേരെയാക്കാൻ' ശ്രമിക്കുന്നത്. ഇതു വിപരീത ഫലമേ ചെയ്യൂ.

അധ്യായം 11
ഡിജിറ്റൽ ഡീറ്റോക്സ് അവസാനഘട്ടം

ഡിജിറ്റൽ ഡീറ്റോക്സ് ചെയ്യാനുള്ള 5 മാർഗങ്ങൾ ഒറ്റ നോട്ടത്തിൽ.

1. സ്വന്തം ദൈനംദിന ജീവിതത്തിൽ, ഫോൺ ഉപയോഗം തീർത്തും ആവശ്യമില്ലാത്ത സ്ഥലങ്ങളും നേരങ്ങളും തിരിച്ചറിയുക. എന്നിട്ട് ആദ്യം, അത്തരം സമയങ്ങളിൽ ഫോൺ ഉപയോഗിക്കതിരിക്കുക.

ഉദാഹരണത്തിന്, രാവിലെ 10 മുതൽ വൈകിട്ട് 5 വരെ ഇന്റർനെറ്റ് ഓഫ് ചെയ്തുവയ്ക്കും, ജോലി ചെയ്യുന്ന സമയത്തു ഇന്റർനെറ്റ് ഉപയോഗിക്കില്ല, രാത്രി പത്തോടെ എല്ലാ ഡിവൈസും ഓഫാക്കും, വൈകുന്നേരം ഏഴുമണി കഴിഞ്ഞാൽ ഈമെയിൽ പരിശോധിക്കില്ല, ഞായറാഴ്ച ഒരു സ്ക്രീനും ഉപയോഗിക്കില്ല എന്നിങ്ങനെ കുറച്ചു നിയമങ്ങൾ സ്വയം നിർമ്മിച്ചു നടപ്പാക്കുക.

അപ്പോൾ കൈവരുന്ന അധികസമയങ്ങളിൽ പകരം എന്തു ചെയ്യാം എന്നതു മുൻകൂട്ടി നിശ്ചയിച്ചുവെക്കണം, ഇല്ലെങ്കിൽ നമ്മൾ പഴയ ശീലങ്ങൾ തുടരും. അതുപോലെ, തൊട്ടടുത്തുള്ള കടയിൽ ഒന്നുപോയിവരികപോലുള്ള അധികം സമയം വേണ്ടാത്ത കാര്യങ്ങൾ ചെയ്യുന്നേരം ഫോൺ കൈവശം വെക്കാതിരിക്കുക. അതിൽ വിജയിച്ചാൽ കൂടുതൽ ദൈർഘ്യമുള്ള അവസരങ്ങളിലും അതിനു ശ്രമിക്കുക. ജീവിതത്തിലെ ആഗ്രഹങ്ങളോ ലക്ഷ്യങ്ങളോ നേടിയെടുക്കാനുള്ള പരിശ്രമത്തിനായി അധികം ലഭിക്കുന്ന സമയം ഉപയോഗിക്കാം. പുതിയ ഹോബികൾ കണ്ടെത്താം.

2. ശീലങ്ങൾ മാറ്റാൻ ശ്രമിക്കുമ്പോൾ എപ്പോഴും ചെറുതായി തുടങ്ങുക, അല്ലെങ്കിൽ ആദ്യദിവസം കൊണ്ടുതന്നെ നമ്മൾ അതു മതിയാക്കും. എന്നിട്ടു ചില ന്യായങ്ങളും കണ്ടെത്തും. അതിന്റെ ഏറ്റവും വലിയ ഉദാഹരണമാണ് ജിമ്മിൽ പോകുന്നവർ, അവർ ആദ്യദിവസങ്ങളിൽ വലിയ ആവേശത്തോടെചെന്ന് വലിയ ഭാരം

ഒക്കെ എടുക്കാൻ ശ്രമിക്കും, കുറച്ചു ദിവസങ്ങൾക്കുള്ളിൽ അവർ മാനസികമായി മടുത്തുതുടങ്ങും, തന്നെക്കൊണ്ട് ഇതൊന്നും പറ്റില്ല എന്ന തോന്നൽ വരും, നിർത്തുകയും ചെയ്യും.ഏറ്റവും എളുപ്പത്തിൽ ചെയ്യാവുന്നതും, ഏതെങ്കിലും ഒന്നിനോടു ചേർന്നുനില്കുന്നതുമായ രീതിയിൽ തുടങ്ങുക. 'ഇന്നുമുതൽ ഭക്ഷണം കഴിക്കുമ്പോൾ ഫോൺ ഉപയോഗിക്കില്ല, അതു അടുത്തുനിന്നു മാറ്റി വയ്ക്കുക.' ചെറിയ ശീലങ്ങൾ ജീവിതത്തിൽ വലിയ മാറ്റങ്ങൾ ഉണ്ടാക്കും. ആരോടെങ്കിലും സംസാരിക്കുന്നതിനിടയിൽ ഇടയ്ക്കിടെ ഫോൺ നോക്കാതിരിക്കുക. ബോറടി തോന്നിയാൽ ഉടനെ ഫോൺ കയ്യിലെടുക്കുന്ന പതിവും അവസാനിപ്പിക്കുക.

3. ഡിവൈസുകളും അവയിലെ ആപ്പുകളുമൊക്കെ ഡിസൈൻ ചെയ്തിരിക്കുന്നത് നമ്മെ പരമാവധി ആകർഷിക്കാനും അവിടെത്തന്നെ തളച്ചിടാനും ഉന്നമിട്ടാണ്. അതുകൊണ്ട്, ഓരോ തവണയും നെറ്റിൽക്കയറുമ്പോൾ എന്താണു തന്റെ ലക്ഷ്യം, എത്ര സമയം അവിടെ ചെലവിടണം എന്നിവയെക്കുറിച്ച് കൃത്യമായ ധാരണയുണ്ടാകണം. ഏതൊരുകാര്യം ചെയ്യുമ്പോഴും എനിക്കിതാവശ്യമുണ്ടോ എന്നു സ്വയം ചോദിക്കാം. ആ ജോലിയും അത്രയും സമയവും തീർന്നാൽ നെറ്റ് ഓഫാക്കുക.

4. ഫോൺ അൽപ്പനേരം ഓഫാക്കിയിടാൻ അങ്ങനെയൊരു കർശനനിർദ്ദേശമുള്ള സ്ഥലങ്ങൾക്കോ സാഹചര്യങ്ങൾക്കോ കാത്തിരിക്കേണ്ടതില്ല. ശ്രദ്ധയ്ക്ക് ഒരു ഭംഗവും വരാതെ, മുഴുമിക്കണമെന്നുള്ള ജോലികളോ സംഭാഷണങ്ങളോ തുടങ്ങുമ്പോഴും വ്യായാമനേരത്തുമെല്ലാം ഫോൺ ഓഫാക്കുകയോ എയർപ്ലെയിൻ മോഡിലേക്കു മാറ്റുകയോ ചെയ്യുക. നോട്ടിഫിക്കേഷനുകൾ, അവയ്ക്കു മറുപടിയായി നാം ഫോൺ കയ്യിലെടുക്കുന്നില്ലെങ്കിൽപ്പോലും, നമ്മുടെ ഏകാഗ്രതയെ ഹനിച്ചുകൊണ്ടിരിക്കാം.

അവ പരമാവധി, വൈബ്രേഷനും പുഷ് നോട്ടിഫിക്കേഷനുകളും അടക്കം, ഓഫ് ചെയ്തിടുക. അധികം ഉപയോഗിക്കാത്തതോ വലിയ പ്രാധാന്യമില്ലാത്തതോ ആയ ആപ്പുകൾ അൺഇൻസ്റ്റാൾ ചെയ്യുക. അത്യാവശ്യമില്ലാത്ത ഈമെയിൽ ലിസ്റ്റുകളിൽനിന്ന് അൺസബ്സ്ക്രൈബ് ചെയ്യുക. വലിയ പ്രസക്തിയില്ലാത്ത വ്യക്തികളെയും പേജുകളേയും അണ് ഫോളോ ചെയ്യുക. അപ്രധാനമായ വാട്ട്സാപ്പ് ഗ്രൂപ്പുകളിൽനിന്ന് വിട്ടുപോരുക. ഫേസ്ബുക്കും ഇൻസ്റ്റാഗ്രാമുമൊക്കെ ഫോണില് നിന്ന് ഒഴിവാക്കുക, കംപ്യൂട്ടറിൽ മാത്രം അവ കാണുക.

5. മെസേജുകൾക്കും കമന്റുകൾക്കുമൊക്കെയുള്ള മറുപടി ഉടനുടൻ കൊടുത്തുകൊണ്ടിരിക്കാനുള്ള ത്വര നിയന്ത്രിക്കുക. ദിവസത്തിൽ ഒന്നോ രണ്ടോ പ്രാവശ്യം മാത്രം എല്ലാറ്റിനുംകൂടി ഒരുമിച്ചു മറുപടി കൊടുക്കുക. ഈ നയം വ്യക്തമാക്കുന്ന ഒരു ഓട്ടോമാറ്റിക് റിപ്ലൈ ഒരുക്കിയിടാവുന്നതുമാണ്. ഫോണിൽ അലാറം വയ്ക്കാതെ ക്ലോക്കിലേക്കു മാറ്റുക. രാവിലെ എണീറ്റ് ഉടനെ ഫോണുമായി ഇരിക്കാതിരിക്കുക. ഒരു മണിക്കൂർ കഴിഞ്ഞുമാത്രമേ ഫോൺ ഉപയോഗിക്കൂ എന്നു നിശ്ചയിക്കുക. ഓരോ ദിവസത്തെയും പുരോഗതി വിശകലനം ചെയ്യണം. ഫോൺ ഉപയോഗം നിയന്ത്രിക്കാൻ തീരുമാനിച്ചെന്നു കുടുംബാംഗങ്ങളെയും സഹപ്രവർത്തകരെയുമൊക്കെ അറിയിക്കുന്നതും ഗുണകരമാകും.

അനുബന്ധം
മൊബൈൽ ഫോൺ: ചരിത്രവും ഗുണങ്ങളും

ആധുനികസമൂഹത്തിൽ നിരന്തരമായ ഇടപെടലുകൾ നടത്തുന്ന ഒരു ഉപകരണമേതെന്നു ചോദിച്ചാൽ സംശയലേശമെന്യേ പറയാനാവും അത് മൊബൈൽ ഫോൺ അഥവാ സെല്ലുലാർ ഫോൺ തന്നെയാണെന്ന്. മനുഷ്യരുടെ കൈയിലെ അവശ്യവസ്തുവായി അതു മാറിക്കഴിഞ്ഞു. പണ്ഡിതനെന്നോ പാമരനെന്നോ ഭേദമില്ലാതെ, തൊഴിലാളിയെന്നോ, മുതലാളിയെന്നോ ഭേദമില്ലാതെ എല്ലാവരും അവനവന്റെ കീശക്കുചേർന്ന വിധത്തിൽ മൊബൈൽ ഫോണുകൾ സ്വന്തമാക്കിക്കഴിഞ്ഞിരിക്കുന്നു.

ഉൾപ്പെടുത്തിയിരിക്കുന്ന സൗകര്യങ്ങളുടെയും, രൂപഭംഗിയുടെയും, സാങ്കേതികവിദ്യയുടെയും മികവിന്റെയും ഒക്കെ അടിസ്ഥാനത്തിൽ നാനൂറു രൂപയിൽ താഴെ വിലവരുന്ന സാധാരണ മൊബൈലുകൾ മുതൽ ഒരുലക്ഷത്തി അറുപതിനായിരത്തോളം വിലവരുന്ന മികച്ച സാങ്കേതികതയുള്ള മൊബൈലുകൾ വരെ വിപണിയിൽ ലഭ്യമാണ്.

എന്തുകൊണ്ടാണ് മൊബൈൽ ഫോൺ പോലെ ഒരു ഉപകരണം ഇത്രമേൽ ജനപ്രിയമായത്? മുൻകാലങ്ങളിൽ ലാൻഡ് ഫോണുകളും, ടെലിവിഷനുകളും, റേഡിയോയും, കമ്പ്യൂട്ടറുകളും, ക്യാമറകളും, ടേപ്പ് റിക്കോർഡറുകളും, ക്ളോക്കുകളും, കാൽക്കുലേറ്ററുകളും, പുസ്തകങ്ങളും എന്തിനു പേനകൾ വരെ ഉപയോഗിച്ച് നടപ്പാക്കിയിരുന്ന വ്യത്യസ്തവിഭാഗത്തിൽപെട്ട മനുഷ്യരുടെ ആവശ്യങ്ങൾ എല്ലാം ഒറ്റ ഉപകരണം കൊണ്ട് സാധ്യമാക്കാൻ ഉതകും വിധം മെച്ചപ്പെട്ട സാങ്കേതികത ഉപയുക്തമാക്കി തുടങ്ങിയതോടെയാണ് മൊബൈലുകൾ സാർവത്രികം ആയത്. വാർത്തകളും, ഗാനങ്ങളും, വീഡിയോയും, ശബ്ദലേഖനം, ഛായാഗ്രഹണം, നോട്ടെഴുത്ത് അങ്ങനെ പരസ്പരസംവേദനം എന്ന ഫോണുക

ളുടെ അടിസ്ഥാന ഉപയോഗത്തിനപ്പുറത്തേക്കുള്ള മേഖലകളിലേക്ക് മൊബൈൽ ഫോണുകൾ സാധ്യതകൾ നൽകിത്തുടങ്ങിയതോടെ അവയുടെ ജനപ്രീതിയും ഉപയോഗവും വർധിച്ചു.

മേൽപറഞ്ഞ സാങ്കേതികസൗകര്യങ്ങൾ മാത്രമാണോ കാരണം? അല്ലാ എന്നാണുത്തരം. ഏറ്റവും അടിസ്ഥാനപരമായി പറഞ്ഞാൽ അവയുടെ പോർട്ടബിലിറ്റി അഥവാ കയ്യിൽ കൊണ്ട് നടക്കാനാവുക എന്ന വലുപ്പത്തെ അടിസ്ഥാനമാക്കിയുള്ള സൗകര്യം തന്നെയാണ് ജനപ്രിയതയുടെ ആദ്യ പടവിലേക്ക് മൊബൈലുകളെ നയിച്ചത്. വിദൂരഭാഷണത്തിനു ലാൻഡ് ഫോണുകളെയും, ഹ്രസ്വദൂര ഭാഷണത്തിനു പോലീസുകാരും മറ്റും ഉപയോഗിക്കുന്ന ഇനം റേഡിയോ താരങ്ങൾ ഉപയോഗിക്കുന്ന വയർലെസ്സ് യൂണിറ്റുകളെയും ആയിരുന്നു മൊബൈലുകൾക്ക് തൊട്ടു മുൻപ് വരെ മനുഷ്യർ ആശ്രയിച്ചിരുന്നത്. വയറുകൾ വഴി പരസ്പരം ബന്ധിപ്പിച്ചിരുന്ന ലാൻഡ് ഫോണുകൾക്ക് പോർട്ടബിലിറ്റി വളരെ കുറവായിരുന്നു. വയർലെസ്സ് ബേസ് യൂണിറ്റുകൾ ഉപയോഗിച്ചാലും വളരെ കുറഞ്ഞ ദൂരപരിധിയിൽ മാത്രമേ അവ പ്രവർത്തിക്കാൻ ആവുമായിരുന്നുള്ളൂ. റേഡിയോതരംഗങ്ങൾ ഉപയോഗിച്ച് പ്രവർത്തിക്കുന്ന യൂണിറ്റുകളാവട്ടെ ചെറിയ ദൂരപരിധികളിൽ ഉള്ള ബൂസ്റ്റർ യൂണിറ്റുകൾ അഥവാ തരംഗങ്ങളെ പിടിച്ചെടുത്തു പുനഃസംപ്രേക്ഷണം നടത്തുന്ന യൂണിറ്റുകൾ ഉപയോഗിക്കാതെ ഒരു ചെറിയ ടൗൺഷിപ്പ് പരിധിയിൽ പോലും ഉപയോഗിക്കുക എന്നത് അപ്രായോഗികവുമായിരുന്നു. പോരാത്തതിന് വയർലെസ്സ് റേഡിയോ തരംഗങ്ങൾ ഉപയോഗിക്കുന്ന സൈറ്റുകളുടെ ആവൃത്തി പരിധി വളരെ തുച്ഛമായിരുന്നത് കൊണ്ട് അവയിൽ പലപ്പോഴും സന്ദേശങ്ങൾ അവ്യക്തവുമായിരുന്നു.

അങ്ങനെ പരിധികളും പരിമിതികളും ഉള്ള ഇടത്തേക്കാണ് മെച്ചപ്പെട്ട ശബ്ദഗുണവും, വലുപ്പക്കുറവിന്റെ സൗകര്യവുമായി സെല്ലുലാർ സാങ്കേതിക വിദ്യ എത്തുന്നത്. അതോടെ നിരന്തരം സഞ്ചരിക്കുന്ന ആളുകൾക്ക് തമ്മിൽ ഇപ്പോഴും എവിടെയും വച്ച് തമ്മിൽ ബന്ധപ്പെടാനുള്ള വഴി തെളിഞ്ഞു. അത് തന്നെയാണ് ആദ്യഘട്ടത്തിൽ മൊബൈലുകൾ ജനപ്രിയത നേടിയെടുക്കാൻ കാരണമായത്

എപ്പോഴാണ്, എങ്ങനെയാണ് മൊബൈൽ ഫോൺ എന്ന ആശയം ഉടലെടുത്തതെന്ന് അന്വേഷിക്കുന്നത് രസകരമായിരിക്കും. ഇരുപതാം നൂറ്റാണ്ടിന്റെ ആരംഭം മുതൽ വയറുകളും കേബിളു

കളും ഒഴിവാക്കി തുടർച്ചയായി പരസ്പരം ആശയവിനിമയം നടത്താൻ കഴിയുന്ന ഒരു മാർഗത്തെക്കുറിച്ചു ആളുകൾ ചിന്തിച്ചു തുടങ്ങിയിരുന്നു. 1900-കളുടെ ആദ്യപാദത്തിൽ റേഡിയോ സംപ്രേക്ഷണം ലോകത്തു ചിലയിടങ്ങളിലെങ്കിലും പലപ്പോഴും പരീക്ഷണാടിസ്ഥാനത്തിൽ അല്ലെങ്കിൽ സൈനിക ആവശ്യങ്ങൾക്ക് ആരംഭിച്ചിരുന്നു. ലാൻഡ്‌ലൈൻ സേവനങ്ങളും തുടർന്ന് വന്നു. ഇതോടെ ഇത് രണ്ടും സംയോജിപ്പിച്ചു കൊണ്ട് ഒരു ആശയവിനിമയമാർഗം ഉണ്ടാക്കാനുള്ള ശ്രമങ്ങൾ പലയിടത്തും ആരംഭിക്കുന്നത് അതോടെയാണ്. ഒരു സംപ്രേക്ഷണ ഉപകരണവും ഒരു സ്വീകരണ ഉപകരണവും ഉണ്ടെങ്കിൽ സ്വകാര്യ സംപ്രേക്ഷണം സാധ്യവുമായിരുന്നു. എന്തുകൊണ്ട് വാഹനങ്ങളിൽ ഇത് സാധിക്കില്ല എന്ന ചിന്ത അന്നത്തെ ഗവേഷകർ ഗൗരവത്തോടെ തന്നെ പിന്തുടർന്നിരുന്നു. ആദ്യമായി അങ്ങനെ ഒരു പരീക്ഷണം വിജയം നേടുന്നത് 1920-കളിൽ, ജർമ്മൻ റെയിൽവേ ഓപ്പറേറ്റർമാർ അവരുടെ തീവണ്ടിബോഗികളിൽ വയർലെസ് ടെലിഫോണുകൾ ഉപയോഗിക്കാൻ തുടങ്ങിയതോടെയാണ്.

പരിമിതമായ എണ്ണം സൈനിക തീവണ്ടികളിലായിരുന്നു അവർ ഇത് പരീക്ഷിച്ചത്. വയർലെസ്സ് മൊബൈലുകളുടെ ആദ്യരൂപമായി ഇത് കരുതാവുന്നതാണ്. 1924-ൽ ജർമനിയിൽ തീവണ്ടികളിൽ ഉപയോഗിക്കാവുന്ന വയർലെസ്സ് ഫോണുകൾക്ക് ഒരു വിതരണക്കാരൻ നിയമിക്കപ്പെടുകയും അതിനടുത്ത വർഷം ഒന്നാം ക്ലാസ് യാത്രക്കാർക്ക് തീവണ്ടികളിൽ വയർലെസ്സ് ഫോൺ സൗകര്യം ലഭ്യമാകുകയും ചെയ്തു.

വാക്വം ട്യൂബ് സാങ്കേതികതയായിരുന്നു അന്ന് ഇത്തരം ഉപകരണങ്ങളിൽ ഉപയോഗിച്ചിരുന്നതെന്നതിനാൽ തന്നെ വളരെയധികം വൈദ്യുതി ചിലവും വലിയ ദൂരപരിമിതിയും ഇത്തരം ഉപകരണങ്ങൾക്ക് ഉണ്ടായിരുന്നു. എന്നാൽ രണ്ടു ലോകമഹായുദ്ധങ്ങൾ കടന്നു പോന്നതോടെ പോർട്ടബിലിറ്റി ഉള്ള യൂണിറ്റുകൾക്കായി ഗവേഷകർ ശ്രമം ആരംഭിച്ചു.

വാക്വംട്യൂബ് സാങ്കേതിക കുറച്ചുകൂടി മെച്ചപ്പെടുത്താനും, നവീകരിച്ച വാക്വം ട്യൂബ് ഉപയോഗിക്കുക വഴി ചെറിയ അളവിലെങ്കിലും വലുപ്പക്കുറവ് സാധ്യമാക്കാനും അതുവഴി അത്യാവശ്യം പോർട്ടബിലിറ്റി നൽകാനും അത്തരം ഗവേഷണങ്ങൾ സഹായിച്ചതോടെ അമേരിക്കയിൽ മൊബൈൽ ഫോൺ സേവനം വാഗ്ദാനം ചെയ്തുകൊണ്ട് ചില കമ്പനികൾ മുന്നോട്ടു വരികയുണ്ടായി.

എന്നാൽ പൂർണമായ പ്രായോഗികത നേടാൻ അവയ്ക്കായില്ല. ഉയർന്ന വൈദ്യുത ഉപയോഗം അപ്പോഴും തടസമായി അതിനു പുറമെ ഒരേ സമയം കൈകാര്യം ചെയ്യാനാവുന്ന കോളുകളുടെ എണ്ണവുമെല്ലാം ഇന്നത്തെ നിലവാരത്തിൽ നോക്കുമ്പോൾ നമുക്ക് തമാശയായി പോലും തോന്നാവുന്നത്ര തുച്ഛമായിരുന്നു.

അമേരിക്കൻ ടെലിഫോൺ ആൻഡ് ടെലിഗ്രാഫ് കമ്പനിയുടെ കീഴിലെ ബെൽ ലബോറട്ടറി കൂടുതൽ മെച്ചപ്പെട്ട സേവനം നൽകാൻ പാകത്തിനൊരു പദ്ധതി 1946-ൽ പരീക്ഷണാടിസ്ഥാനത്തിലും തുടർന്ന് 1949-ൽ വാണിജ്യാടിസ്ഥാനത്തിലും ആരംഭിച്ചുവെങ്കിലും ഏകദേശം ആയിരത്തോളം ഉപഭോക്താക്കൾക്ക് മാത്രമേ അവരുടെ സേവനം ലഭ്യമായിരുന്നുള്ളൂ. ഉപയോഗിക്കാവുന്ന ആവർത്തിമേഖല തുച്ഛമായിരുന്നതും സാങ്കേതികവിദ്യ ലളിതമായിരുന്നില്ല എന്നതും, സേവനം ചിലവേറിയതായിരുന്നു എന്നതും അമേരിക്കൻ ടെലിഫോൺ കമ്പനിയുടെ ഈ ശ്രമം അത്രമേൽ വിജയിക്കാതെ പോയതിനു കാരണമായി.

1950-ൽ ബെൽ ലബോറട്ടറി ജർമേനിയം ട്രാൻസിസ്റ്റർ വാക്വം ട്യൂബിനു പകരം ഉപയോഗിക്കാവുന്ന ഇലക്ട്രോണിക് ഉപകരണങ്ങളിലെ ഒരു ഘടകം വികസിപ്പിച്ചതോടെ റേഡിയോ സാങ്കേതികത ഒരു കുതിച്ചുചാട്ടത്തിനു തയാറായി. വാക്വംട്യൂബ് ഉപയോഗിച്ചിരുന്ന ഉപകരണങ്ങളുടെ വലിപ്പമോ വൈദ്യുത ഉപഭോഗമോ ഇല്ലാത്ത റേഡിയോകൾ അതോടെ സാധ്യമായി. തുടർന്ന് 1954-ൽ കൂടുതൽ കാര്യക്ഷമതയുള്ള സിലിക്കോൺ ട്രാൻസിസ്റ്ററുകളും നിർമ്മിക്കപ്പെട്ടു. ഇതൊക്കെ തന്നെ റേഡിയോ ഉപകരണങ്ങളുടെ വലുപ്പം വളരെ കുറയ്ക്കാൻ സഹായകമായി.

താരതമ്യേന വലിപ്പം കുറഞ്ഞതും വൈദ്യുത ഉപഭോഗം കുറഞ്ഞതുമായ റേഡിയോ ട്രാൻസ്മിറ്റർ ഉപകരണങ്ങൾ സാധ്യമായതോടെ റേഡിയോഫോണുകൾ കൈയിൽ കൊണ്ട് നടക്കാവുന്ന ഒരു അവസ്ഥയുണ്ടായി. എന്നാൽ, അപ്പോഴും ചില സാങ്കേതിക കടമ്പകൾ അവശേഷിച്ചു. ഒരു നഗരത്തിന്റെ ഏതാണ്ട് മധ്യഭാഗത്തുള്ള കൺട്രോൾ ടവറിലേക്ക് ഫോണുകളിൽ നിന്നും സിഗ്നൽ എത്തുകയും അവിടെ നിന്നും തിരികെ ഫോണുകളിലേക്ക് സിഗ്നൽ എത്തുകയും വേണ്ടിയിരുന്നു. ശക്തി ഏറിയ ട്രാൻസ്മിറ്ററുകളും റിസീവറുകളും സ്വാഭാവികമായി വലുപ്പക്കൂടുതൽ ഉള്ളവയായിരുന്നു ഇത്. പൂർണമായ പോർട്ടബിൾ ഫോൺ എന്ന ആശയത്തിന് തടസ്സമാവുകയും ചെയ്തു. ഇതിനുള്ള പോംവഴിയായി

ട്ടാണ് സെല്ലുലാർ ടെക്നോളജി പ്രയോഗത്തിലേക്ക് കൊണ്ടുവരുന്നത്.

1940-കളിൽ തന്നെ സെല്ലുലാർ ടെക്നോളജി നിർദ്ദേശിക്കപ്പെട്ടിരുന്നുവെങ്കിലും എഴുപതുകളിലാണ് ബെൽ ലാബ് ഇത് പ്രയോഗത്തിലേക്ക് കൊണ്ടുവരുന്നത്. ഫോൺ ഉപയോഗിക്കേണ്ട ഭൂപ്രദേശത്തെ ഹെക്സഗണൽ രൂപത്തിലുള്ള ചെറിയ ചെറിയ സെല്ലുകളായി തിരിച്ചു ഓരോ സെല്ലിനും ഒരു ട്രാൻസ് റിസീവർ ടവർ യൂണിറ്റ് ഉപയോഗിക്കുകയും ഈ ടവറുകൾ തമ്മിൽ ബന്ധപ്പെടുത്തുകയും ചെയ്തുകൊണ്ടാണ് സെല്ലുലാർ ടെക്നോളജി പ്രവർത്തിക്കുന്നത്. അങ്ങനെ ചെയ്യുന്നതുവഴി ട്രാൻസ് റിസീവർ യൂണിറ്റിന് ചെറിയ ഒരു ദൂരത്തേക്ക് സിഗ്നൽ അയക്കുകയും സ്വീകരിക്കുകയും ചെയ്താൽമതിയെന്ന് വന്നു. അതോടെ ഫോണുകളുടെ വലുപ്പത്തിൽ കാര്യമായ കുറവ് വരുത്താൻ നിർമാതാക്കൾക്ക് കഴിഞ്ഞു.

ഇത്രയുമൊക്കെ കാര്യങ്ങൾ പുരോഗമിച്ചതോടെ ശരിയായ ഒരു പോർട്ടബിൾ മൊബൈൽ ഫോൺ നിർമിക്കാനുള്ള ശ്രമം പല കമ്പനികളും ആരംഭിച്ചിരുന്നു. അമേരിക്കൻ ടെലിഫോൺ രംഗത്തു ഏതാണ്ട് കുത്തകയായി പ്രവർത്തിച്ചിരുന്ന അമേരിക്കൻ ടെലിഫോൺ ആൻഡ് ടെലിഗ്രാഫ് കമ്പനി, ബെൽ ലാബ്സ് തുടങ്ങിയവയൊക്കെ ഇക്കാര്യത്തിൽ തീവ്രമായ ഗവേഷണം നടത്തി വരികയായിരുന്നു. എന്നാൽ ആദ്യ മൊബൈൽ ഫോൺ നിർമ്മിച്ചതിന്റെ ക്രെഡിറ്റ് താരതമ്യേന ചെറിയ കമ്പനിയായിരുന്ന മോട്ടോറോളയ്ക്കായിരുന്നു. 1973-ൽ മോട്ടോറോളയിലെ മാർട്ടി കൂപ്പർ എന്ന ഗവേഷകൻ വികസിപ്പിച്ച 'ഡൈനടാക്' എന്ന ഫോണായിരുന്നു ലോകത്തിലെ ആദ്യത്തെ മൊബൈൽ ഫോൺ. ഏതാണ്ട് പത്തു വർഷത്തിന് ശേഷം അത് പൊതുജനങ്ങൾക്ക് വില കൊടുത്ത് വാങ്ങാൻ പാകത്തിന് വിപണിയിലെത്തിക്കാനും അവർക്കായി.

മൊബൈൽ ഫോൺ:
ചില സാങ്കേതിക പദങ്ങളും വിശദീകരണവും

മൊബൈൽ ഫോണുകളെക്കുറിച്ച് പറയുമ്പോൾ സാധാരണ നമ്മൾ ഉപയോഗിച്ച് കേൾക്കാറുള്ള പദങ്ങളാണ് ത്രീ-ജി, ഫോർ-ജി, ഫൈവ്-ജി തുടങ്ങിയവ. ഇത് ഫോണിൽ ഉപയോഗിച്ചിരിക്കുന്ന സാങ്കേതികതയെ അടിസ്ഥാനപ്പെടുത്തി ഫോണിന്റെ ജനറേഷനെ സൂചിപ്പിക്കുന്നു.

ആദ്യ ജനറേഷൻ (1 – ജി)

ആദ്യ ജനറേഷൻ മൊബൈൽ നെറ്റ്‌വർക്കുകൾ അനലോഗ് റേഡിയോ സിസ്റ്റങ്ങളെ ആശ്രയിച്ചിരുന്നു, അതായത് ഉപയോക്താക്കൾക്ക് ഫോൺ കോളുകൾ മാത്രമേ ചെയ്യാൻ കഴിയൂ, അവർക്ക് വാചക സന്ദേശങ്ങൾ അയയ്ക്കാനോ സ്വീകരിക്കാനോ കഴിയില്ല. 1979–ൽ ജപ്പാനിലാണ് 1–ജി നെറ്റ്‌വർക്ക് ആദ്യമായി അവതരിപ്പിച്ചത്, 1980–ൽ യു.എസ്.എ. പോലുള്ള മറ്റ് രാജ്യങ്ങളിൽ ഇത് അവതരിപ്പിക്കപ്പെടുന്നതിന് മുമ്പ്. രാജ്യത്തുടനീളം സെൽ ടവറുകൾ നിർമിച്ചുകൊണ്ടു മികച്ച കവറേജ് സാധ്യമാക്കിയാണ് ആദ്യ സെൽ ഫോൺ സർവീസ് ആരംഭിച്ചതെങ്കിലും റേഡിയോ ഫ്രീക്വൻസി നെറ്റ്‌വർക്ക് വിശ്വസനീയമല്ലാത്തതിനാൽ ചില സുരക്ഷാ പ്രശ്നങ്ങളുണ്ടായിരുന്നു.

ഉദാഹരണത്തിന്, സെൽ കവറേജ് ഇടയ്ക്കിടെ കുറയുകയും മറ്റ് റേഡിയോ സിഗ്നലുകളുടെ ഇടപെടൽ അനുഭവപ്പെടുകയും ചെയ്യുന്ന അവസ്ഥ സാധാരണമായിരുന്നു. പോരാത്തതിന് എൻക്രിപ്ഷന്റെ അഭാവം മൂലം അത് എളുപ്പത്തിൽ ഹാക്ക് ചെയ്യപ്പെടുകയും ചെയ്യും. റേഡിയോ ട്രാൻസ് റിസീവറുകൾ ഉപയോഗിച്ച് കോളുകൾ ഹാക്ക് ചെയ്തു റെക്കോഡ് ചെയ്യാനും സാധിക്കുമായിരുന്നത്രെ.

രണ്ടാം ജനറേഷൻ (2 – ജി)

1–ജി നെറ്റ്‌വർക്ക് പൂർണ്ണമായിരുന്നില്ല, എന്നാൽ 1991–ൽ അത് 2–ജി ഉപയോഗിച്ച് മാറ്റിസ്ഥാപിക്കുന്നതുവരെ അത് തുടർന്നു. ഈ പുതിയ മൊബൈൽ നെറ്റ്‌വർക്ക് അനലോഗ് ആയിരുന്നില്ല മറിച്ച് ഡിജിറ്റൽ സിഗ്നലിൽ ആയിരുന്നു പ്രവർത്തിച്ചിരുന്നത്. ഈ മാറ്റം നെറ്റ്‌വർക്കിന്റെ സുരക്ഷ മാത്രമല്ല അതിന്റെ ശേഷിയും വളരെയധികം മെച്ചപ്പെടുത്തി. 2–ജിയിൽ, ഉപയോക്താക്കൾക്ക് എസ്എംഎസ് സന്ദേശങ്ങൾ അയക്കാൻ ഉള്ള അവസരം സാധ്യമാക്കി. കൂടാതെ 1997–ൽ GPRS അവതരിപ്പിച്ചപ്പോൾ, ഉപയോക്താക്കൾക്ക് ഇമെയിലുകൾ സ്വീകരിക്കാനും അയയ്ക്കാനും സാധ്യമായിരുന്നു.

മൂന്നാം ജനറേഷൻ (3 – ജി)

ആദ്യ രണ്ടു ജനറേഷൻ ഫോണുകളെയും കണക്ടിവിറ്റിയെയും അപേക്ഷിച്ചു കൂടുതൽ ഡാറ്റ കൈകാര്യം ചെയ്യാനാവും എന്നതായിരുന്നു മൂന്നാം ജനറേഷൻ ഫോണുകളിലെ പ്രധാന മാറ്റം.

അതുകൊണ്ടു തന്നെ മൂന്നാം ജനറേഷൻ ഫോൺ മൊബൈൽ കണക്റ്റിവിറ്റിയിലും സെൽ ഫോണുകൾക്ക് കൈകാര്യം ചെയ്യാൻ ആവുന്ന കാര്യങ്ങളുടെ വൈവിധ്യത്തിലും വലിയ വിപ്ലവം തന്നെ സൃഷ്ടിച്ചു. ഉപയോക്താക്കൾക്ക് ആദ്യമായി വീഡിയോ കോൾ ചെയ്യാനും ഫയലുകൾ പങ്കിടാനും ഇന്റർനെറ്റ് സർഫ് ചെയ്യാനും ഓൺലൈനിൽ ടിവി കാണാനും മൊബൈലിൽ ഓൺലൈൻ ഗെയിമുകൾ കളിക്കാനും മൂന്നാം ജനറേഷൻ ഫോണുകളും നെറ്റ്വർക്കും അവസരമുണ്ടാക്കി. സമൂഹമാധ്യമങ്ങളുടെ ജനപ്രിയത വർദ്ധിപ്പിക്കുന്നതിലും മൂന്നാം ജനറേഷൻ ഫോണുകൾ വലിയ പങ്കു വഹിച്ചിരുന്നു.

നാലാം ജനറേഷൻ (4 – ജി)

വിപ്ലവകരമായമാറ്റങ്ങൾ കൊണ്ടുവന്ന 3ജിയേക്കാൾ ഒരു പടി കൂടി കടന്നാണ് 4ജിയുടെ അവതരണം. ഇത് 3-ജി നെറ്റ്വർക്കിനേക്കാൾ അഞ്ചിരട്ടി വേഗതയുള്ളതാണ്. കൂടാതെ 100 Mbps വരെ വേഗത നൽകാനും ഫോർ ജി കണക്ഷനു കഴിയും. 2013 മുതൽ വിപണിയിൽ ലഭ്യമാകുന്ന എല്ലാ മൊബൈൽ മോഡലുകളും ഈ നെറ്റ്വർക്കിനെ ആണ് പിന്തുടരുന്നത്. 4-ജിക്ക് കീഴിൽ, ഉപയോക്താക്കൾക്ക് മികച്ച ലേറ്റൻസി (കുറവ് ബഫറിംഗ്), ഉയർന്ന ശബ്ദനിലവാരം, തൽക്ഷണ സന്ദേശമയയ്ക്കൽ സേവനങ്ങളിലേക്കും സോഷ്യൽ മീഡിയകളിലേക്കും എളുപ്പത്തിൽ ആക്സസ്സ്, ഗുണനിലവാരമുള്ള സ്ട്രീമിംഗ്, വേഗത്തിലുള്ള ഡൗൺലോഡുകൾ എന്നിവ ലഭ്യമാണ്.

അഞ്ചാം ജനറേഷൻ (5 – ജി)

2019 മാർച്ചിൽ 5-ജി വാഗ്ദാനം ചെയ്ത ആദ്യ രാജ്യമാണ് ദക്ഷിണ കൊറിയ. ദക്ഷിണകൊറിയൻ ടെലികോം സേവനദാതാക്കളായ KT, LG Upplus, SK ടെലികോം എന്നിവർ ചേർന്നാണ് അഞ്ചാം തലമുറ നെറ്റ്വർക് നടപ്പാക്കിയത്. കാനഡയിലാകട്ടെ 5-ജി ഇതിനകം തന്നെ പ്രധാനനഗരങ്ങളിൽ നടപ്പാക്കി കഴിഞ്ഞിരിക്കുന്നു. 4-ജിയേക്കാൾ 20 മടങ്ങ് വേഗമേറിയതായിരിക്കും 5-ജിയെന്ന് ചില വിദഗ്ധർ ഇപ്പോൾ അവകാശപ്പെടുന്നു. വാസ്തവത്തിൽ, കാനഡയിലെ ശരാശരി 5-ജി ഡൗൺലോഡ് വേഗത 169.46 Mbps ആണ്. അത് ഇതിനകം 4-ജിയെക്കാൾ 205 ശതമാനം വേഗതയുള്ളതാണ്!

4-ജിയും 5-ജിയും തമ്മിലുള്ള മറ്റൊരു വലിയ വ്യത്യാസം അതിന്റെ ലേറ്റൻസിയും ബാൻഡ്‌വിഡ്ത്ത് വലുപ്പവുമാണ്. 5-ജി ലേറ്റൻസി അവിശ്വസനീയമാംവിധം കുറഞ്ഞു, ഇത് വേഗത്തിലുള്ള ഡൗൺലോഡും അപ്‌ലോഡ് വേഗതയും വർദ്ധിപ്പിക്കുന്നു. ഇവ രണ്ടും താരതമ്യപ്പെടുത്തുമ്പോൾ, 4-ജിക്ക് ശരാശരി 50 മില്ലി സെക്കൻഡ് ലേറ്റൻസിയുണ്ട്, അതേസമയം 5-ജിയുടെ ശരാശരി ലേറ്റൻസി ഏകദേശം 10 മില്ലിസെക്കൻഡ് ആയിരിക്കുമെന്ന് പ്രതീക്ഷിക്കുന്നു. 5-ജി-ക്ക് കൂടുതൽ സാങ്കേതികവിദ്യകളും ഉപകരണങ്ങളും പിന്തുണയ്ക്കുന്ന ഒരു വലിയ ഫ്രീക്വൻസി ശ്രേണിയും (30GHz നും 300 GHz നും ഇടയിൽ) ഉണ്ട്. ഇന്ത്യയിലും 5-ജിയുടെ പ്രവർത്തനം തെരഞ്ഞെടുത്തയിടങ്ങളിൽ തുടങ്ങി കഴിഞ്ഞു.

മൊബൈലുകളുമായി ബന്ധപ്പെട്ട പ്രധാനപ്പെട്ട മറ്റു രണ്ടു പദങ്ങളാണ് ജിഎസ്എമ്മും, സീഡീഎംഎ യും.

എന്താണ് ജിഎസ്എം ടെക്നോളജി

ഒരു നെറ്റ്‌വർക്കിലുടനീളം ഡാറ്റയും സംഭാഷണസിഗ്നലുകളും അയയ്ക്കാനും സ്വീകരിക്കാനും ഉപയോഗിക്കുന്ന ഒരു ഡിജിറ്റൽ മൊബൈൽ കമ്മ്യൂണിക്കേഷൻ സ്റ്റാൻഡേർഡാണ് GSM, അഥവാ മൊബൈൽ കമ്മ്യൂണിക്കേഷനിനായുള്ള ഗ്ലോബൽ സിസ്റ്റം. GSM ഉപയോക്താക്കളെയും സെല്ലുകളെയും വേർതിരിക്കുകയും TDMA (ടൈം ഡിവിഷൻ മൾട്ടിപ്പിൾ ആക്സസ്), FDMA (ഫ്രീക്വൻസി ഡിവിഷൻ മൾട്ടിപ്പിൾ ആക്സസ്) എന്നിവ ഉപയോഗിച്ച് സിഗ്നലുകൾ കൈമാറുകയും ചെയ്യുന്നു.

ജിഎസ്എം സ്റ്റാൻഡേർഡിന്റെ പ്രയോഗഫലമായി ജിപിആർഎസ് (ജനറൽ പാക്കറ്റ് റേഡിയോ സർവീസ്), യുഎംടിഎസ് (യൂണിവേഴ്സൽ മൊബൈൽ റേഡിയോ സിസ്റ്റം), എഡ്ജ് (ജിഎസ്എം പരിണാമത്തിനായുള്ള എൻഹാൻസ്ഡ് ഡാറ്റ നിരക്കുകൾ) തുടങ്ങിയ മറ്റ് വയർലെസ് സേവനങ്ങൾ ഉരുത്തിരിഞ്ഞു വന്നു.

ഇത് മൂന്ന് വ്യത്യസ്ത റേഡിയോ ഫ്രീക്വൻസികൾ ഉപയോഗിക്കുന്നു: 900MHz, 1800MHz, 1900MHz. 900MHz ബാൻഡ് ഫ്രീക്വൻസി ഒറിജിനൽ GSM സിസ്റ്റം ഉപയോഗിക്കുന്നു, അതേസമയം 1800 MHz ബാൻഡ് ഫ്രീക്വൻസി ഉപഭോക്താക്കൾക്ക് കൂടുതൽ പിന്തുണ നൽകുന്നതിന് ഉപയോഗിക്കുന്നു. 1900 MHz ബാൻഡ് യുണൈറ്റഡ് സ്റ്റേറ്റ്സിൽ മാത്രമാണ് ഉപയോഗിക്കുന്നത്.

ഒരു പ്രത്യേക നെറ്റ്‌വർക്കിലൂടെ ടെക്സ്റ്റ് സന്ദേശങ്ങൾ വഴി പരസ്പരം സംവദിക്കാൻ ഉപയോക്താക്കളെ അനുവദിക്കുന്ന ഷോർട്ട് മെസേജ് സിസ്റ്റം (എസ്എംഎസ്) സേവനം ആദ്യമായി പ്രയോജനപ്പെടുത്തിയത് ജിഎസ്എം ഉപയോക്താക്കളാണ്.

GSMന്റെ പ്രയോജനങ്ങൾ:

1. വില കുറഞ്ഞ മൊബൈൽ ഫോണുകൾ സാധ്യമാക്കുന്നു.
2. ഉപയോഗിക്കുന്ന സ്പെക്ട്രത്തെ കൂടുതൽ കാര്യക്ഷമമാക്കുന്നു.
3. GSM ഡാറ്റയും വോയിസ് ട്രാൻസ്മിഷനുകളും നല്ല നിലവാരമുള്ളതാണ്.
4. GSM ഉം ISDN ഉം അനുയോജ്യമാണ് (ഇന്റഗ്രേറ്റഡ് സർവീസസ് ഡിജിറ്റൽ നെറ്റ്‌വർക്ക്).

എന്താണ് CDMA?

കോഡ് ഡിവിഷൻ മൾട്ടിപ്പിൾ ആക്സസ് എന്നതിന്റെ ചുരുക്കെഴുത്താണ് സിഡിഎംഎ,

ഒരു വയർലെസ് കമ്മ്യൂണിക്കേഷൻ ടെക്നോളജി എന്ന നിലയിൽ, സിഡിഎംഎ ആദ്യമായി പ്രത്യക്ഷപ്പെട്ടത് 2ജി, 3ജി ജനറേഷൻ ഫോണുകളിലാണ്. ലഭ്യമായ ബാൻഡ്‌വിഡ്ത്ത് മികച്ച രീതിയിൽ ഉപയോഗിക്കുന്നതിന് സിഡിഎംഎ സ്പ്രെഡ് സ്പെക്ട്രം എന്ന സാങ്കേതികവിദ്യ ഉപയോഗിക്കുന്നു. സ്പ്രെഡ് സ്പെക്ട്രം സാങ്കേതികവിദ്യ ഉപയോഗിക്കുന്നതിനാൽ, ഏത് ഉപയോക്താവിനും ഏത് നിമിഷവും പൂർണ്ണ ഫ്രീക്വൻസി സ്പെക്ട്രത്തിലൂടെ ഡാറ്റ അയയ്ക്കാൻ ആവുമെന്നതാണ് ഇതിന്റെ പ്രത്യേകത. സ്പ്രെഡ് സ്പെക്ട്രം സാങ്കേതികതയിൽ കരിയർ ഫ്രീക്വൻസി മാറിക്കൊണ്ടിരിക്കും അക്കാരണത്താൽ ആശയവിനിമയത്തിനുള്ള ഏറ്റവും സുരക്ഷിതമായ മാർഗങ്ങളിലൊന്നാണ് സിഡിഎംഎ.

*കൂടുതൽ ദൂരം സഞ്ചരിക്കാൻ ശേഷിയുള്ള ഒരു പ്രത്യേക ഫ്രീക്വൻസിയിൽ നമുക്ക് അയക്കേണ്ട സിഗ്നലുകൾ കലർത്തി പ്രക്ഷേപണം ചെയ്യുന്ന സമ്പ്രദായം റേഡിയോ ട്രാൻസ്മിഷനിലും, ടെലിവിഷൻ ട്രാൻസ്മിഷനിലും, മൊബൈൽ ഫോൺ സർവീസിലും ഉപയോഗിക്കുന്നു. ഇങ്ങനെ സിഗ്നലുകളെ കൊണ്ട് പോകുന്ന ഫ്രീക്വൻസിയെ ആണ് കാരിയർ ഫ്രീക്വൻസി എന്ന് വിളിക്കുന്നത്.

സിഡിഎംഎ യുടെ പ്രത്യേകതകൾ

1. ഇത് ഒരു നിശ്ചിത ഫ്രീക്വൻസി സ്പെക്ട്രം കാര്യക്ഷമമായി ഉപയോഗിക്കുന്നു.

2. ഉപയോക്താക്കളുടെ എണ്ണത്തിൽ നിയന്ത്രണങ്ങളൊന്നുമില്ല.

3. വിഭവങ്ങളുടെ വഴക്കമുള്ള വിതരണത്തിന് ഇത് അനുവദിക്കുന്നു.

4. ഇത് മറ്റ് സെല്ലുലാർ സാങ്കേതികവിദ്യകളുമായി പരസ്പരബന്ധിതമാണ്, ഇത് രാജ്യവ്യാപകമായി റോമിംഗ് അനുവദിക്കുന്നു.

സിം കാർഡ്

സബ്സ്ക്രൈബർ ഐഡന്റിറ്റി മൊഡ്യൂൾ കാർഡ് ആണ് സിം കാർഡ് എന്ന ചുരുക്കപ്പേരിൽ അറിയപ്പെടുന്നത്. അത് ഒരു സ്മാർട്ട്ഫോണിനെ ഒരു നിർദ്ദിഷ്ട മൊബൈൽ നെറ്റ്വർക്കിലേക്ക് പോയിന്റ് ചെയ്യുന്ന തിരിച്ചറിയൽ വിവരങ്ങൾ സംഭരിക്കുന്നു. ഉപഭോക്താവിനെ തിരിച്ചറിയാനുള്ള കാര്യങ്ങൾ, ലൊക്കേഷൻ, ഫോൺ നമ്പർ, നെറ്റ്വർക്ക് അംഗീകാര ഡാറ്റ, വ്യക്തിഗത സുരക്ഷാകീകൾ, കോൺടാക്റ്റ് ലിസ്റ്റുകൾ, സംഭരിച്ച ടെക്സ്റ്റ് സന്ദേശങ്ങൾ എന്നിവ സിംകാർഡുകളിൽ സൂക്ഷിക്കുന്ന ഡാറ്റയിൽ ഉൾപ്പെടുന്നു. ഈ ഡാറ്റയും അവയ്ക്കൊപ്പമുള്ള ഫീച്ചറുകളും ഉപയോഗിക്കാൻ സിംകാർഡുകൾ ഒരു മൊബൈൽ ഉപയോക്താവിനെ അനുവദിക്കുന്നു.

ഒരു സിം കാർഡ് ഇല്ലെങ്കിൽ, ചില ഫോണുകൾക്ക് കോളുകൾ ചെയ്യാനോ 4G LTE പോലുള്ള ഇന്റർനെറ്റ് സേവനങ്ങളിലേക്ക് കണക്റ്റുചെയ്യാനോ SMS സന്ദേശങ്ങൾ അയയ്ക്കാനോ കഴിയില്ല. സിം കാർഡുകൾ നീക്കം ചെയ്യാവുന്നവയാണ്. എന്നിരുന്നാലും, സിം കാർഡുള്ള എല്ലാ ഫോണുകളും ഒരുപോലെ പ്രവർത്തിക്കില്ല. ഫോണുകൾ രണ്ട് വ്യത്യസ്ത സാങ്കേതികവിദ്യകൾ ഉപയോഗിക്കുന്നു എന്ന് നേരത്തെ വിശദീകരിച്ചിട്ടുണ്ട്. അവ ജിഎസ്എം (മൊബൈൽ കമ്മ്യൂണിക്കേഷനുള്ള ഗ്ലോബൽ സിസ്റ്റം), സിഡിഎംഎ (കോഡ് ഡിവിഷൻ മൾട്ടിപ്പിൾ ആക്സസ്) എന്നിവയാണ്. ജിഎസ്എം ഫോണുകൾ സിം കാർഡ് ഉപയോഗിച്ചാണ് പ്രവർത്തിക്കുക. ഈ കാർഡുകൾ അതിലുൾപ്പെടുന്ന ഡാറ്റ അടക്കം മറ്റൊരു ഫോണിലേക്ക് മാറ്റി ഉപയോഗിക്കാനാവും എന്നതാണ് സിമ്മുകളുടെ പ്രത്യേകത. അതേസമയം, സിഡിഎംഎ പ്രവർത്തനക്ഷമമാക്കിയ ഫോണുക

ൾക്ക് സിംകാർഡ് ആവശ്യമില്ല; പകരം, മൊബൈൽ ഉപകരണം ഒരു ഇലക്ട്രോണിക് സീരിയൽ നമ്പർ (ESN) ഉപയോഗിക്കും. ESN ഉള്ള ഫോണുള്ള ഉപയോക്താക്കൾക്ക് അവരുടെ നെറ്റ്‌വർക്ക് കാരിയറിൽ നിന്ന് എളുപ്പത്തിൽ മറ്റൊരു ഫോണിലേക്ക് ഡാറ്റ അടക്കം മാറാൻ കഴിയില്ല.

സിം കാർഡുകൾ പലതരത്തിലുണ്ട്. സ്റ്റാൻഡേർഡ് സിം കാർഡുകൾ 25x15 മിമീ അളവിലുള്ളതാണ്, പഴയതും അടിസ്ഥാനപരവുമായ ഫോണുകളിൽ ഉപയോഗിക്കുന്നു. മൈക്രോ സിം കാർഡുകളുടെ അളവ് 15x12 മിമീ ആണ്, 2010-കളിലും അതിനുശേഷമുള്ള ഫോണുകളിലും ഇവ കൂടുതലായി കാണപ്പെടുന്നു. 12.3x8.8 മിമീ വലിപ്പമുള്ള നാനോ സിം കാർഡുകൾ പുതിയ സ്മാർട്ട്ഫോണുകളിൽ ഉപയോഗിക്കുന്നു. eSIM ആണ് മറ്റൊരു തരം സിം ഇവ 6x5 മിമീ അളവിൽ ഉള്ളതും, ഫോണിൽ തന്നെ എംബെഡ് ചെയ്തിട്ടുള്ളതുമാണ്. നെറ്റ്‌വർക്ക് കാരിയർ വിദൂരമായി eSIMകൾ സജീവമാക്കുന്നു. ചില ഫോണുകൾ ഇപ്പോൾ ധാരാളമായി ഡ്യുവൽ സിമ്മിന്റെ പിന്തുണ പുറത്തിറക്കുന്നു, അതായത് ഒരു ഉപയോക്താവിന് ഒരേ ഉപകരണത്തിൽ രണ്ട് വ്യത്യസ്ത സിം കാർഡുകൾ സജീവമാക്കാം.

ഐഎംഇഐ നമ്പർ

IMEI എന്നാൽ ഇന്റർനാഷണൽ മൊബൈൽ എക്യുപ്മെന്റ് ഐഡന്റിറ്റി. മനുഷ്യരുടെ വിരലടയാളം വ്യത്യസ്തമായിരിക്കുന്നത് പോലെ ഓരോ മൊബൈൽ ഹാൻഡ്സെറ്റിനും തനതായ 15 അക്ക ഐഎംഇഐ നമ്പർ ഉണ്ടായിരിക്കും. ഫോൺനെറ്റ്‌വർക്കിലേക്ക് കടക്കുമ്പോൾ അഥവാ ഉപയോഗിക്കാൻ ആരംഭിക്കുമ്പോൾ നെറ്റ്‌വർക് ഫോണുകളെ തിരിച്ചറിയുന്നത് ഈ പ്രത്യേക നമ്പർ ഉപയോഗിച്ചാണ്.

ആയതിനാൽ എന്തെങ്കിലും കാരണവശാൽ ഫോൺ നഷ്ടപ്പെടുകയോ മറ്റോ ചെയ്യുന്ന സമയത്തു ഫോൺ കണ്ടെത്താൻ ഈ നമ്പർ ആണ് ഉപയോഗിക്കുക.

വിവിധതരത്തിലുള്ള കുറ്റകൃത്യങ്ങളിൽ ഏർപ്പെടുന്ന ആളുകൾ ഉപയോഗിക്കുന്ന ഫോണുകളുടെ സിം മാറ്റിക്കളഞ്ഞാലും ആ ഫോൺ പുനരുപയോഗിക്കപ്പെടുകയാണെങ്കിൽ അവയുടെ ലൊക്കേഷനും മറ്റും കണ്ടെത്താൻ ഈ പ്രത്യേക നമ്പർ ആണ് ഉപയോഗിക്കുക.

ഓപ്പറേറ്റിങ് സിസ്റ്റം

കമ്പ്യൂട്ടറുകളിലും അതുപോലെയുള്ള ഉപകരണങ്ങളിലും വിവിധ പ്രവർത്തനഘടകങ്ങളും പ്രവർത്തനങ്ങളും തമ്മിൽ യോജിപ്പിക്കാനും നിയന്ത്രിക്കാനും ഉപകരണങ്ങളുടെ പിന്നണിയിൽ പ്രവർത്തിക്കുന്ന മുൻ നിശ്ചയിക്കപ്പെട്ടു രൂപകൽപ്പന ചെയ്യപ്പെട്ട ഒരു പ്രോഗ്രാമുണ്ടാകും. ആ പ്രോഗ്രാമിനെയാണ് ഓപ്പറേറ്റിങ് സിസ്റ്റം സോഫ്റ്റ്‌വെയർ എന്നറിയപ്പെടുക.

ചുരുക്കെഴുത്തിൽ ഒ.എസ്. കമ്പ്യൂട്ടറുകളിൽ പ്രധാനമായും മൂന്നു വ്യത്യസ്ത ഒഎസുകൾ ആണ് ഉപയോഗിക്കുന്നത്. മൈക്രോസോഫ്റ്റ് പുറത്തിറക്കുന്ന വിൻഡോസ്, ആപ്പിൾ ഇൻക് പുറത്തിറക്കുന്ന ആപ്പിൾ മാക് ഓ എസ് എക്സ്, സ്വതന്ത്ര സോഫ്റ്റ്‌വെയർ പ്ലാറ്റ്ഫോം ആയ ലിനക്സിനെ ആധാരപ്പെടുത്തിയുള്ള വിവിധ ഒ.എസുകൾ. ഉബുണ്ടു, ഫെഡോറ, ലിനക്സ് മിന്റ്, ജെന്റൂ ലിനക്സ്, ക്രോം ഒ.എസ് തുടങ്ങിയവ എന്നിവയാണവ.

സമാനമായി മൊബൈലുകളിലും അവയുടെ ഹാർഡ്‌വെയർ അഥവാ പ്രവർത്തന ഘടകങ്ങൾ ഡിസ്പ്ലേ, മെമ്മറി, നെറ്റ്‌വർക്ക് മൊഡ്യൂൾ തമ്മിൽ ബന്ധിപ്പിക്കുകയും ഉപയോക്താവിന്റെ ഇടപെടലിന് അനുസരിച്ചു വിവിധ ആപ്ലിക്കേഷനുകൾ നെറ്റ്‌വർക്ക് തുടങ്ങിയവയുമായിട്ടുള്ള ബന്ധം സാധ്യമാക്കുകയും നിയന്ത്രിക്കയും ചെയ്യാൻ ഓപ്പറേറ്റിങ് സോഫ്റ്റ്‌വെയറുകളുണ്ട്. അവയിൽ പ്രധാനപ്പെട്ട ചില ഒഎസുകൾ ഏതൊക്കെ എന്ന് നോക്കാം.

1 ആൻഡ്രോയിഡ് ഒഎസ്

2008-ൽ ആസ്ട്രോ എന്ന പേരിൽ ഗൂഗിൾ പുറത്തിറക്കുകയും തുടർന്ന് കാലാകാലങ്ങളിൽ നിരന്തരമായ മെച്ചപ്പെടുത്തലുകൾക്ക് വിധേയമായിക്കൊണ്ടിരിക്കയും ചെയ്യുന്ന ലോകത്തേറ്റവുമധികം ആളുകൾ ഉപയോഗിക്കുന്ന മൊബൈൽ ഒഎസ് ആണ് ആൻഡ്രോയിഡ്.

ഡോനട്ട്, എക്ലെയർ, ഫ്രോയോ, ജിഞ്ചർബ്രെഡ്, ഹണികോമ്പ്, ഐസ്ക്രീം സാൻഡ്‌വിച്ച്, ജെല്ലി-ബീൻ, കിറ്റ്കാറ്റ് അല്ലെങ്കിൽ ലോലിപോപ്പ്, മാർഷ്മാലോ എന്നിങ്ങനെയാണ് ഗൂഗിൾ അവരുടെ ഓഎസ്സിന് കാലാകാലങ്ങളിൽ പരിഷ്കരിച്ച പതിപ്പുകൾ ഇറക്കിയപ്പോൾ നൽകിയിരുന്ന വിളിപ്പേര്.

ഉപയോഗിക്കാനുള്ള എളുപ്പവും, വിവിധ ആപ്ലിക്കേഷനുകളുടെ ലഭ്യതയും ആൻഡ്രോയിഡിനെ മറ്റ് ഓപ്പറേറ്റിങ് സോഫ്റ്റ്‌വെയറു

കളെ അപേക്ഷിച്ചു ജനപ്രിയമാക്കി. പ്രമുഖ മൊബൈൽ ബ്രാൻഡുകൾ മിക്കതും തങ്ങളുടെ ഫോണുകളിൽ ആൻഡ്രോയിഡ് ഒഎസ് ഉപയോഗിക്കുന്നു.

2 ഐഒഎസ്

ആപ്പിൾ ഇൻക് തങ്ങളുടെ ഐ ഫോൺ, ഐ പാഡ് തുടങ്ങിയ ഉപകരണങ്ങൾക്കായി പ്രത്യേകം രൂപകൽപ്പന ചെയ്ത ഒഎസ് ആണ് ഐഒഎസ്. രണ്ടായിരത്തി ഏഴുമുതൽ ഐഒഎസ് ആപ്പിൾ ഉത്പ്പന്നങ്ങളിൽ ഉപയോഗിക്കപ്പെട്ടു വരുന്നു. ആപ്പിളിന്റെ കമ്പ്യൂട്ടർ ഒഎസ് മാക് ഒഎസ് എക്സ് നെ അടിസ്ഥാനപ്പെടുത്തി നിർമ്മിക്കപ്പെട്ട ഐ ഒഎസ് മൾട്ടിമീഡിയ ഉപയോഗിക്കുന്ന ഉപഭോക്താക്കൾക്ക് ഏറ്റവും മികച്ച ഫീച്ചറുകൾ നൽകുന്നുണ്ട്.

ആപ്പിളിന്റെ തന്നെ ഓൺലൈൻ ആപ്ലിക്കേഷനായ ഐ ട്യൂൺസ് വഴി ഉപയോക്താക്കളുടെ ആവശ്യത്തിനനുസരിച്ചുള്ള ആപ്ലിക്കേഷനുകൾ ഡൗൺലോഡ് ചെയ്തു ഉപയോഗിക്കാനുള്ള അവസരവും ആപ്പിൾ നൽകുന്നുണ്ട്. ബേസ് ഉപകരണത്തിനും, ആപ്ലിക്കേഷനുകളും ഉള്ള കൂടിയ വിലയാണ് പലരെയും ആപ്പിൾ ഉപയോഗിക്കുന്നതിൽ നിന്ന് പിന്തിരിപ്പിക്കുന്നത്.

3 വിൻഡോസ് ഒഎസ്

വിൻഡോസ് പിസിഒഎസ് നിർമിച്ച മൈക്രോസോഫ്റ്റ് കോർപ്പറേഷൻ തന്നെയാണ് വിൻഡോസ് ഒഎസ്സും പുറത്തിറക്കിയത്. 2010 മുതൽ വിവിധ വേർഷനുകളിൽ വിൻഡോസ് ഒഎസ് ചില പ്രത്യേക നിർമാതാക്കളുടെ ഫോണുകളിൽ ലഭ്യമാണ്. വിൻഡോസ് പിസിഒഎസിന് സമാനമായ യൂസർ ഇന്റർഫെയ്സും മൈക്രോസോഫ്റ്റ് സ്റ്റോറിൽ നിന്നുള്ള ആപ്ലിക്കേഷനുകളുടെ അവൈലബിലിറ്റിയും എല്ലാം ഉറപ്പാക്കിക്കൊണ്ട് മൈക്രോസോഫ്റ്റ് കോർപ്പറേഷൻ അവരുടെ ഓപ്പറേറ്റിങ് സോഫ്റ്റ്വെയർ കൂടുതൽ ആളുകളിൽ എത്തിക്കാൻ ശ്രമം നടത്തിവരുന്നുണ്ട്. വിൻഡോസ് പിസിഒഎസ്സിന് സമാനമായ ഇന്റർഫേസ് ഉള്ളതിനാൽ താരതമ്യേന പുതിയ ഉപയോക്താക്കൾക്ക് എളുപ്പത്തിൽ പൊരുത്തപ്പെടാമെന്നൊരു പ്രത്യേകത കൂടിയുണ്ട്.

മൈക്രോസോഫ്റ്റിന്റെ ഓഫീസ് ആപ്ലിക്കേഷനുകൾ പ്രീ ഇൻസ്റ്റാൾഡ് ആയിരിക്കുന്നു എന്നതും അവരുടെ മെയിൽ സർവീസും എല്ലാം ഉൾപ്പെടുത്തി ഓഫീസ് ഉപയോഗത്തിന് പ്രാമുഖ്യം നൽകിയാണ് വിൻഡോസ് ഒഎസ് പ്രവർത്തിക്കുന്നത്.

4. ബ്ലാക്ക്ബെറി ഒഎസ്

കാനഡയിലുള്ള ബ്ലാക്ക് ബെറി ലിമിറ്റഡ് ആണ് ബ്ലാക്ക്ബെറി ഫോണുകളും അതിനുള്ള സവിശേഷമായ ഈ ഓപ്പറേറ്റിങ് സോഫ്റ്റ്‌വെയറും പുറത്തിറക്കുന്നത്. 1999-ൽ ബ്ലാക്ക്ബെറി പേജറിന് വേണ്ടി വികസിപ്പിച്ച ഈ സോഫ്റ്റ്‌വെയർ മികച്ച ബിസിനസ് ആപ്ലിക്കേഷനുകളും, പരമാവധി ഡാറ്റ സുരക്ഷയും ഉറപ്പാക്കുന്നു. ഇന്ന് പ്രചാരത്തിലുള്ള മൊബൈൽ ഒഎസ്സുകളിൽ മൂന്നാം സ്ഥാനത്താണ് ബ്ലാക്ക് ബെറി ഉപയോക്താക്കളുടെ എണ്ണം.

5. സിംബിയൻ ഒഎസ് (നോക്കിയ)

നോക്കിയ അതിന്റെ ആദ്യകാല ഫോണുകൾക്കായി ഉപയോഗിച്ചിരുന്ന ഓപ്പറേറ്റിംഗ് സോഫ്റ്റ്‌വെയർ ആണ് സിമ്പിയൻ. 1980-ൽ പീസിയോൺ എന്ന കമ്പനിയാണ് സിമ്പിയൻ വികസിപ്പിച്ചെടുത്തത്. പിൽക്കാലത്തു മറ്റു കമ്പനികളും തങ്ങളുടെ ഫോണുകൾക്ക് വേണ്ടി സിമ്പിയൻ ഉപയോഗിച്ചു. പഴയകാല കീ ബട്ടൺ ഫോണുകളിൽ മിക്കതിലും സിമ്പിയൻ ആണ് ഉപയോഗിച്ചിരിക്കുന്നത്.

മേല്പറഞ്ഞവ കൂടാതെ സാംസങ്ങിന്റെ ബാഡോ, ഇന്റലും നോക്കിയയും ചേർന്ന് വികസിപ്പിച്ച മീഗോ, നോക്കിയയുടെ തന്നെ സീരീസ് 40, കാനോനിക്കൽ പുറത്തിറക്കിയ ഉബുണ്ടു മൊബൈൽ, മോസില്ലയുടെ ഫയർഫോക്സ് ഒഎസ് തുടങ്ങി അനേകം മൊബൈൽ ഒഎസുകൾ വേറെയുമുണ്ട്. ഉപയോഗത്തിന്റെ കാര്യത്തിൽ സീരീസ് 40 ആദ്യത്തെ അഞ്ചിനുള്ളിൽ തന്നെ വരും എന്നതൊഴിവാക്കിയാൽ മറ്റെല്ലാം കുറഞ്ഞ എണ്ണം ഉപഭോക്താക്കളിൽ ഒതുങ്ങി നിൽക്കുന്നു.

ഇന്ത്യയിലെ മൊബൈൽ ഫോൺ ചരിത്രം ചുരുക്കത്തിൽ

1990-കളുടെ ആദ്യത്തിൽ തന്നെ ഇന്ത്യയിൽ മൊബൈൽ ഫോൺ നെറ്റ്‌വർക്കുകൾ ആരംഭിക്കാനുള്ള ശ്രമങ്ങൾ തുടങ്ങിയിരുന്നുവെങ്കിലും ഉയർന്ന ലൈസൻസ്ഫീയും അടിസ്ഥാനസൗകര്യങ്ങൾക്ക് വേണ്ടിവന്നിരുന്ന ഭീമമായ ചിലവുമൊക്കെ കാരണം അത് നീണ്ടുപോയി. എന്നാൽ ഭുപേന്ദ്രകുമാർ മോഡി എന്ന സിംഗപ്പൂർ അടിസ്ഥാനമാക്കി പ്രവർത്തിക്കുന്ന ഇന്ത്യൻ വ്യവസായിയും ഓസ്ട്രേലിയൻ ടെലികോം കമ്പനിയായ ടെൽസ്ട്രയും ചേർന്ന് 1990-ൽ ആരംഭിച്ച മോഡി-ടെൽസ്ട്ര കമ്പനിയാണ് മൊബൈൽ സർവീസിന് വേണ്ടി രജിസ്റ്റർ ചെയ്യപ്പെട്ട ആദ്യ ഇന്ത്യൻ കമ്പനി. തുടർന്ന്

ആക്സിയറ്റ സ്പൈസ് 1992-ലും ബിപിഎൽ മൊബൈൽ 1995-ലും എസ്കോട്ടെൽ 1996-ലും രജിസ്റ്റർ ചെയ്യപ്പെട്ടു.

1995 ജൂലൈ 31-നാണ് ഇന്ത്യയിലെ ആദ്യത്തെ സെല്ലുലാർ ഫോൺകോൾ സംഭവിക്കുന്നത്. അന്നത്തെ കേന്ദ്ര വാർത്താവിനിമയ മന്ത്രി സുഖ് റാം ഡൽഹിയിലെ ടെലികമ്മ്യൂണിക്കേഷൻ വകുപ്പിൽ നിന്ന് ഡയൽ ചെയ്ത് കൽക്കട്ടയിലെ റൈറ്റേഴ്സ് ബിൽഡിംഗിൽ ഉണ്ടായിരുന്ന അന്നത്തെ പശ്ചിമ ബംഗാൾ മുഖ്യമന്ത്രി ജ്യോതി ബസുവിനോട് സംസാരിച്ചതോടെ ഇന്ത്യയിൽ മൊബൈൽ ഫോൺ യുഗം ആരംഭിച്ചു.

ആദ്യ വർഷങ്ങളിൽ മൊബൈൽ ഫോൺ ഉപയോക്താക്കൾ വളരെ കുറവായിരുന്നു, മിനിറ്റിന് ഉയർന്ന താരിഫ് നിരക്കായിരുന്നു കാരണം. ആ വർഷങ്ങളിൽ മിനിറ്റിന് 16 മുതൽ 25 രൂപ വരെയായിരുന്നു താരിഫ് നിരക്ക്, അതിനുപുറമെ മൊബൈൽ ഫോണിലെ ഇൻകമിംഗ് കോളുകൾക്കും ഫീസ് കൊടുക്കേണ്ടതുണ്ടായിരുന്നു. മിസ്സ്ഡ് കാൾ ആയാൽ പോലും ഒരു നിശ്ചിത തുക നമ്മുടെ മൊബൈൽ ബില്ലിൽ വരുമായിരുന്നു. ഒടുവിൽ 1999-ൽ സ്വകാര്യ സംരംഭങ്ങൾക്ക് ഓഹരികൾ തുറന്നുകൊടുക്കാൻ സർക്കാർ തീരുമാനിക്കുകയും ടെലികോം ഓപ്പറേറ്റർമാരിൽ നിന്ന് ലൈസൻസ് ഫീസ് ഈടാക്കുന്നത് നിർത്തുകയും ചെയ്തതോടെ കോൾ താരിഫുകൾ കുറഞ്ഞു തുടങ്ങി.

ആദ്യകാലത്ത് ഒരു മൊബൈൽ ഹാൻഡ്സെറ്റിന് ഏതാണ്ട് ഇരുപതിനായിരം മുതൽ മുപ്പതിനായിരം വരെ വില നൽകേണ്ടി വരുമായിരുന്നു. ആധുനികരീതിയിലുള്ള സ്മാർട്ട് ഫോൺ ഒന്നുമല്ലായിരുന്നു അവ. രണ്ടാം ജനറേഷനിലൊക്കെ വരുന്ന കീപാഡ് ഉള്ള ഫോണുകൾ! പിൽക്കാലത്തു മോട്ടോറോളയും, പിന്നീട് നോക്കിയയും ഇന്ത്യയിൽ അവരുടെ നിർമാണ യൂണിറ്റുകൾ സ്ഥാപിക്കയും അതിനും ശേഷം ഇന്ത്യൻ, ഇൻഡോ ചൈനീസ് കമ്പനികൾ മൊബൈൽ നിർമാണം ആരംഭിക്കുകയും ചെയ്തതോടെയാണ് ഫോണുകളുടെ വിലയിൽ കുറവുണ്ടായതും ഏവർക്കും പ്രാപ്യമായ വിധത്തിൽ മോഡലുകൾ ലഭ്യമായതും.